പ്രിയപ്പെട്ട മേരി

(ഫ്രെഡറിക് എംഗൽസ്
സഹോദരിക്കയച്ച കത്തുകൾ)

priyappetta mery
frederic engals sahodharikkayacha kathukal
•
rajendran cherupoyka
•
first edition
february 2018
•
typesetting
namasivaya printers, thirumala
•
published
chintha publishers, thiruvananthapuram
•
cover
midas

വിതരണം

ദേശാഭിമാനി ബുക്ക് ഹൗസ്

H O തിരുവനന്തപുരം-695 035
phone: 0471-2303026, 6063026
www.chinthapublishers.com
chinthapublishers@gmail.com

ബ്രാഞ്ചുകൾ

ഹെഡ്ഡാഫീസ് ബ്രാഞ്ച് കുന്നുകുഴി • സ്റ്റാച്യു തിരുവനന്തപുരം • കെ എസ് ആർ ടി സി ബസ് സ്റ്റേഷൻ ആലപ്പുഴ • കെ എസ് ആർ ടി സി ബസ് സ്റ്റേഷൻ എറണാകുളം • മച്ചിങ്ങൽ ലെയ്ൻ തൃശൂർ • ഐ ജി റോഡ് കോഴിക്കോട് • മാവൂർ റോഡ് കോഴിക്കോട് • എൻ ജി ഒ യൂണിയൻ ബിൽഡിങ് കണ്ണൂർ • സെൻട്രൽ ബസ് ടെർമിനൽ കോംപ്ലക്സ് താവക്കര കണ്ണൂർ

CO - 2815 / 4549
ISBN - 978-93-86637-85-7

പ്രിയപ്പെട്ട മേരീ

(ഫ്രെഡറിക് എംഗൽസ്
സഹോദരിക്കയച്ച കത്തുകൾ)

പരിഭാഷ
രാജേന്ദ്രൻ ചെറുപൊയ്ക

ചിന്ത പബ്ലിഷേഴ്സ്
തിരുവനന്തപുരം-695 035

രാജേന്ദ്രൻ ചെറുപൊയ്ക

1955 നവംബർ 16 ന് ജനിച്ചു. എം കോം, എം എ സോഷ്യോളജി ബിരുദധാരി.

കൃതികൾ: *വെളിച്ചം, ഗരുഡസ്തുതി, നിഷേധ ഗീതങ്ങൾ, തൃഷ്ണ* (കവിതാസമാഹാരങ്ങൾ), *പൊള്ളുന്ന സത്യങ്ങൾ, വാർത്തകൾക്കപ്പുറം* (ലേഖന സമാഹാരങ്ങൾ), *ഇന്ത്യൻ സമൂഹശാസ്ത്രം, പരദേശികൾ കണ്ട ഇന്ത്യ, വൈരുദ്ധ്യാധിഷ്ഠിത ദൈവീകവാദം, എന്താണ് മാനവികത* (വൈജ്ഞാനികം) *ഹ്രസ്വജീവചരിത്രം, പാബ്ലോ നെരൂദ, പൈഥഗോറസ്* (വൈജ്ഞാനികം), *പ്രിയപ്പെട്ട മാർക്സിനു സ്നേഹപൂർവ്വം, മാനവചരിത്രം* (4 വോള്യങ്ങൾ), *തത്ത്വചിന്താചരിതം, സുബോധ സമൂഹം, കൊളോണിയലിസവും നാട്ടുരാജ്യങ്ങളും* (പരിഭാഷകൾ).

ഉള്ളടക്കം

പ്രസാധകക്കുറിപ്പ്

മഹാനായ എംഗൽസ് തന്റെ കുഞ്ഞുസഹോദരിയായ മേരിക്ക് എഴുതിയ കത്തുകളാണിവ. ലോകത്തിന്റെ തലവര മാറ്റിവരയ്ക്കാൻ തന്റെ സഖാവായ കാൾ മാർക്സിനോടൊപ്പം ചേർന്ന എംഗൽസ് മാർക്സിന്റെ ധൈഷണിക ജീവിതത്തിന്റെ അവിഭാജ്യഘടകമാണ്. എംഗൽസ് ശാഠ്യങ്ങളില്ലാത്തവനും സവിശേഷമായ കാല്പനിക ഭാവത്തിനുടമയാണെന്നും നമുക്ക് മനസ്സിലാക്കിത്തരുന്നവയാണ് അദ്ദേഹത്തിന്റെ കത്തുകൾ. കുഞ്ഞുസഹോദരിക്ക് എഴുതുന്ന സ്വകാര്യകുറിപ്പുകളിൽപ്പോലും നിറഞ്ഞുതുളുമ്പുന്ന മാനവികതയും പ്രകൃതിസ്നേഹവും സഹജീവികളോടുള്ള കരുതലും നമ്മെ അതിശയിപ്പിക്കും. ലോകത്തെ മാറ്റിമറിച്ച ഈ ധിഷണയുടെ വേറിട്ടൊരു മുഖം വെളിപ്പെടുത്തുന്ന അമൂല്യമായ കത്തുകളുടെ സമാഹാരങ്ങളാണ് രാജേന്ദ്രൻ ചെറുപൊയ്ക, വിവർത്തനം ചെയ്തിരിക്കുന്നത്.

അത്യന്തം ആസ്വാദ്യമായ ഈ കൃതിയിലേക്ക് താങ്കളെ സ്വാഗതം ചെയ്യുന്നു.

ചിന്ത പബ്ലിഷേഴ്സ്

ആമുഖം

കമ്യൂണിസ്റ്റുകാർ കാപട്യമില്ലാത്തവരും ഹൃദയനൈർമ്മല്യമുള്ളവരും ആയിരിക്കും. തന്റെ ചുറ്റുപാടുകളോടും ചുറ്റുമുള്ളവരോടും സ്നേഹത്തോടും ലാളിത്യത്തോടും പ്രതികരിക്കുന്നവരാണവർ. പ്രത്യയശാസ്ത്ര സംബന്ധിയായി മാർക്സും എംഗൽസും എഴുതിക്കൂട്ടിയതൊക്കെ ഏറിയോ കുറഞ്ഞോ നമുക്കറിയാം. എന്നാൽ, അവരുടെ സ്വകാര്യ ജീവിതത്തെക്കുറിച്ച് നമുക്കേറെ അറിയില്ല. എംഗൽസ് ഇല്ലായിരുന്നെങ്കിൽ നാം മാർക്സിന്റെ മഹത്ത്വം അറിയുമായിരുന്നില്ല. ലോകം കണ്ട ഏറ്റവും നല്ല സ്ത്രീപക്ഷ വാദിയായ എംഗൽസിന്റെ ജീവിതത്തിലെ ചില സ്വകാര്യ ഏടുകൾ, അദ്ദേഹം തന്റെ സഹോദരിക്കയച്ച കത്തിലൂടെ നമ്മുടെ മുന്നിൽ അനാവരണം ചെയ്യപ്പെടുന്നു. സത്യസന്ധമായ ജീവിതവും നേരായ നിരീക്ഷണവും വ്യക്തിജീവിതത്തിൽ നൈർമ്മല്യവും കമ്യൂണിസ്റ്റുകാരന്റെ മുഖമുദ്രയാണെന്ന് ഈ കത്തുകൾ നമ്മെ ഓർമ്മിപ്പിക്കും. *പ്രിയപ്പെട്ട മാർക്സിനു സ്നേഹപൂർവ്വം* എന്ന പുസ്തകത്തിനു ലഭിച്ച സ്വീകരണം ഈ പുസ്തകത്തിനും പ്രതീക്ഷിച്ചുകൊള്ളുന്നു.

രാജേന്ദ്രൻ ചെറുപൊയ്ക

മേരി എംഗൽസിന്,
ബാർമെനിലേക്ക്
ഫ്രെഡറിക് എംഗൽസ്
അയച്ച കത്തുകൾ

ഒന്ന്

ബ്രമൻ,
ആഗസ്ത് 28-3-1838

പ്രിയപ്പെട്ട മേരീ,

നിന്റെ കൈപ്പട അറിയില്ലെങ്കിലും കത്ത് കണ്ടപ്പോൾ തന്നെ അത് നിന്റേതാണെന്നു മനസ്സിലാക്കി. കാരണമെന്തെന്നാൽ, കത്ത് തികച്ചും നിന്നെപ്പോലെ - അത്യധികം തിരക്കിട്ട് എഴുതിയത്, എല്ലാം രസകരമായ ആശയക്കുഴപ്പങ്ങൾ, ഒട്ടും ഗൗരവം സൂചിപ്പിക്കാത്ത പ്രബോധനങ്ങൾ : നിനക്ക് സുഖമാണോ, ആരോഗ്യസ്ഥിതി എങ്ങനെ? എമിൽച്ചൻ[1] ആഡ്ലിഞ്ചൻ[2] എന്നിവരുടെ വാർത്തകളും അപകടങ്ങളും എല്ലാം കൂടി കുഴഞ്ഞുമറിഞ്ഞ് കിടക്കുന്നു. ഇവിടെ ഞങ്ങൾക്കും ഒരു അപകടം ഉണ്ടായി, ഒരാഴ്ചയിലെ രണ്ടാമത്തേത് - വീട് പെയിന്റ് ചെയ്യുന്ന ഒരാൾ പലകത്തട്ടിൽനിന്നും വീണ് തൽക്ഷണം മരിച്ചു.

എമിൽച്ചനും ആഡ്ലിഞ്ചനും പുറപ്പെടുകയാണെന്ന് കേൾക്കുന്നത് വലിയ അതിശയം തന്നെ. എന്തായാലും ട്രെവിരാന്യൂസ് കുടുംബക്കാർ തികച്ചും അത്ഭുതപ്പെട്ടിരിക്കുകയാണ്. അവരൊക്കെ വിചാരിച്ചത് കാൾ[3] ആണ് അവരെ പോറ്റിയിരുന്നതെന്നാണ്.

ആഗസ്ത് 29

സാന്റണിലേക്ക് പോകാൻ നീ ആഗ്രഹിക്കുന്നത് വളരെ നല്ല കാര്യമാണ്. നീ ചെല്ലുമെന്ന് മുത്തശ്ശിക്കും[4] അമ്മായിക്കും[5] അമ്മ[6] വാക്കു നല്കിയിട്ടുണ്ടെങ്കിൽ നീ തീർച്ചയായും പോകണം. മുന്തിരിവിളവെടുപ്പുകാലത്ത് പോകാനുള്ള തയ്യാറെടുപ്പ് നടത്തണം, അപ്പോൾ നിനക്ക് കഴിയുന്നത്ര മുന്തിരി തിന്നാം. ഇവിടത്തെ ഞങ്ങളുടെ തോട്ടത്തിലും

മുന്തിരിയുണ്ട്, അവ ഇതേവരെ പാകമായിട്ടില്ല. എന്നാൽ, ഞങ്ങൾക്ക് പാകമായ ആപ്പിൾ ഉണ്ട് – 'പാരഡൈസ് ആപ്പിൾസ്'. കാസ്പാറിന്റെ[7] തോട്ടത്തിലെ ഇപ്പോൾ മുറിച്ചുകളഞ്ഞ വലിയ ആപ്പിൾ മരത്തിലെ ആപ്പിളിനേക്കാളും കൂടുതൽ സ്വാദിഷ്ടമാണവ.

മേരീ, ഇവിടെ ഞങ്ങൾക്ക് ഒരു പൊരുന്നക്കോഴിയുണ്ട്. എട്ടുദിവസം പ്രായമായ ഏഴ് കോഴിക്കുഞ്ഞുങ്ങളും. ഓഫീസിൽ പണിയൊന്നുമില്ലാത്തപ്പോൾ തോട്ടത്തിൽ ചെന്ന് ഈച്ച, കൊതുക്, ചിലന്തി മുതലായ പ്രാണികളെ പിടിക്കും. അപ്പോൾ തള്ളക്കോഴി വന്ന് ഞങ്ങളുടെ കൈയിൽനിന്നും അതു കൈക്കലാക്കി കോഴിക്കുഞ്ഞുങ്ങളെ തീറ്റിക്കും. എന്നാൽ ഒരു കാനറിപ്പക്ഷിയുടെ വലിപ്പമുള്ള കറുത്തകോഴിക്കുഞ്ഞ് ഞങ്ങളുടെ കൈയിൽനിന്നുതന്നെ ഈച്ചകളെ കൊത്തി വിഴുങ്ങും. ഈ ചെറിയ ജീവികളൊക്കെ പിടക്കോഴികളായിത്തീരും. പാദങ്ങളിൽ തൂവലുകളുമായി കൊക്കി നടക്കും. ഈ തള്ളക്കോഴിയേയും കോഴിക്കുഞ്ഞുങ്ങളേയും കണ്ടാൽ നീ ആഹ്ലാദിക്കുമെന്ന് ഞാൻ വാതുവയ്ക്കുന്നു. അവയെപ്പോലെതന്നെ നീയും ഒരു കോഴിക്കുഞ്ഞാണ്. അടുത്ത വർഷം കുറെ മുട്ടകൾ അടവയ്ക്കുമെന്ന് നീ അമ്മയോടു പറയണം. ഇവിടെ പ്രാവുകളും ഉണ്ട്. ട്രെവിരാന്യൂസസിന്റെ വീട്ടിൽ മാത്രമല്ല, ല്യൂപ്പോർഡ്സിന്റെ വീട്ടിലും ഉണ്ട്, കൂട്ടത്തിൽ തലപ്പൂവുള്ള പ്രാവുകളും. ഇവയെ ഇവിടെ കിരീടപ്രാവുകളെന്നാണ് വിളിക്കുന്നത് (കാരണം തലപ്പൂവിനെ കിരീടമെന്നു വിളിക്കുന്നു). തലപ്പൂവുള്ള പ്രാവുകൾ പ്രത്യേകിച്ചും സുന്ദരന്മാരാണ്. ഞങ്ങൾ, ഏബർലീനും ഞാനും ഇവയ്ക്ക് എന്നും തീറ്റും നല്കും. അവ പ്രാണികളെ തിന്നുകയില്ല. അവ ഇവിടെ വളരുന്നുമില്ല. എന്നാൽ പയറ്, പയർവർഗ്ഗത്തേക്കാൾ വലുതല്ലാത്ത ബീച്ച് വിത്ത് എന്നിവ തിന്നും.

പ്രഭാതത്തിൽ, കമ്പോളത്തിൽ ആളുകൾ തിങ്ങിനിറയുന്നത് എന്നെങ്കിലും നീ കാണണം. കർഷക സ്ത്രീകൾ എത്ര നല്ല വസ്ത്രങ്ങളാണ് ധരിക്കുന്നത്. അവരുടെ ശിരോവസ്ത്രവും വയ്ക്കോൽ തൊപ്പിയും സവിശേഷമാണ്. എപ്പോഴെങ്കിലും അവരിലൊരാളെ നല്ലവണ്ണം കാണാൻ കഴിഞ്ഞാൽ അവളുടെ ഒരു ചിത്രം വരച്ച് അയച്ചുതരാൻ ശ്രമിക്കാം. പെൺകുട്ടികൾ ചെറിയ ശിരോവസ്ത്രംകൊണ്ട് തലമുടി മറയ്ക്കുന്നു. അവ ചുരുണ്ടുകൂടി ബണ്ണിന്റെ ആകൃതിയിൽ ഇരിക്കും. അതേസമയം മുതിർന്ന സ്ത്രീകൾ തലചുറ്റിപ്പിടിച്ചിരിക്കുന്ന, തൊങ്ങലുള്ള ശിരോവേഷ്ടനം ധരിക്കുന്നു. അത് അവളുടെ നെറ്റിമേലേക്ക് ചാഞ്ഞുകിടക്കുന്നു. അല്ലെങ്കിൽ ചിലർ, മുൻഭാഗത്ത് കറുത്ത സ്പ്രിങ് പിടിപ്പിച്ച വെൽവെറ്റ് തൊപ്പി ധരിക്കും. അത് തികച്ചും വിചിത്രമായി തോന്നും.

എന്റെ മുറിയുടെ ജനാല തുറക്കുന്നത് ഭീതിജനകമായ ഒരു ഇടവഴിയിലേക്കാണ്. ഞാൻ കിടക്കാൻ വൈകുമെങ്കിൽ, പതിനൊന്നുമണിയോടെ ഇടവഴി ശബ്ദമുഖരിതമാകും. പൂച്ചകൾ കരയുന്ന, പട്ടികൾ കുരയ്ക്കുന്ന, പ്രേതങ്ങൾ ചിരിക്കുന്ന, ഓരിയിടുന്ന, എതിർവശത്തെ ജനാലയിൽ കടകടശബ്ദം. എന്നാൽ ഇതൊക്കെ തികച്ചും സ്വാഭാവികമാണ്.

എംഗൽസിന്റെ പിതാവും മാതാവും

കാരണം തെരുവുവിളക്കു കത്തിക്കുന്നയാൾ ഈ ഇടവഴിയിലാണ് താമസിക്കുന്നത്. 11 മണിക്കാണ് അയാൾ വിളക്ക് കത്തിക്കാൻ പോകുന്നതും.

ഇപ്പോൾ ഞാൻ രണ്ടു പേജ് നിറയെ എഴുതി. നീ ചെയ്യുന്നത് ഞാൻ ചെയ്യാൻ ആഗ്രഹിക്കുന്നുവെങ്കിൽ, ഇപ്പോൾ ഞാൻ ഇങ്ങനെ എഴുതും: 'ഞാൻ ഒരുപാട് കാര്യം പറഞ്ഞതുകൊണ്ട് മിക്കവാറും നിനക്ക് തൃപ്തിയായി കാണും. അടുത്ത തവണ കൂടുതൽ പറയാം' ഇങ്ങനെയാണ് നീ ചെയ്യുന്നത്. നീ എനിക്ക് രണ്ട് പേജ് എഴുതും. വരികൾ വളരെ അകത്തി

ബാക്കി രണ്ട് പേജ് ശൂന്യമായി വിടും. എന്നാൽ അതുകൊണ്ട് നീ ചെയ്യുന്നത് പോലെ ഞാൻ ചെയ്യില്ല. പകരത്തിന് പകരം ചെയ്യുന്നുമില്ല. (ഉരുളയ്ക്കുപ്പേരി തരുന്നില്ല), നിനക്ക് വേണ്ടി നാല് പേജ് അടുപ്പിച്ചെഴുതാൻ ഞാൻ ശ്രമിക്കും.

ഇന്നു രാവിലെ ഇതുവഴി ഒരു ക്ഷുരകൻ വന്നു. മിസ്റ്റർ പാസ്റ്റർ[8] എന്നോട് താടി വടിപ്പിക്കാൻ ആവശ്യപ്പെട്ടു. കാരണം എന്നെക്കണ്ടാൽ തികച്ചും അസഹ്യത തോന്നുന്നുപോലും. എന്നാൽ ഞാനങ്ങനെ ചെയ്തില്ല. അച്ഛൻ[9] പറഞ്ഞിരുന്നത് ആവശ്യം വരുന്നതുവരെ ക്ഷൗരക്കത്തി പൂട്ടിവയ്ക്കണമെന്നായിരുന്നു. ഇന്നേക്ക് രണ്ടാഴ്ച മുമ്പാണ് അദ്ദേഹം പോയത്, അത്രയും സമയംകൊണ്ട് എന്റെ താടി, തീർച്ചയായും കൂടുതൽ വളരാൻ സാദ്ധ്യതയില്ല. ഒരു കരിങ്കാക്കയുടെ കറുപ്പിൽ മീശ വളരുംവരെ ഞാൻ ക്ഷൗരം ചെയ്യില്ല. നിനക്കറിയാമോ, അമ്മ അച്ഛനോട് പറഞ്ഞത് എനിക്കത് ക്ഷൗരം ചെയ്യാനുള്ള പ്രേരണയുണ്ടാക്കുമെന്നായിരുന്നു. അദ്ദേഹം തന്നെ മാഞ്ചസ്റ്ററിൽനിന്നും കുറെ വാങ്ങിത്തരാമെന്നും പറഞ്ഞു. എന്നാൽ ഞാനത് ഉപയോഗിക്കില്ല.

ഡോംഷോവിൽ നിത്യേനയുള്ള കവാത്ത് കഴിഞ്ഞ് മടങ്ങിവന്നതേയുള്ളൂ ഞാൻ. അവിടെ 40 സൈനികരും, 25 ബാന്റ് മേളക്കാരും ആറ് മുതൽ എട്ടുവരെ ഓഫീസർമാരും അടങ്ങുന്ന മഹത്തായ ഹാൻസിയാറ്റിക് സൈന്യം അവരുടെ കസർത്ത് നടത്തുന്നു. (ഡ്രം മേജറെ ഒഴിവാക്കിയാൽ) അവർക്കെല്ലാവർക്കും, ഒരു പ്രഷ്യൻ ഹുസ്സാറിനെപ്പോലെ മേൽമീശയുണ്ട്. അവരിൽ മിക്കവർക്കും താടി മീശയില്ല. മറ്റുള്ളവർക്ക് നേരിയ താടിമീശ കാണാം. കവാത്ത് രണ്ടുമിനിട്ടു മാത്രം. സൈനികർ വരുന്നു, വരിവരിയായി നില്ക്കുന്നു, ആയുധങ്ങൾ തിരിച്ചു നല്കുന്നു. മടങ്ങുന്നു. എന്നാൽ സംഗീതം നന്ന്. (വളരെ നന്ന്, അത്ഭുതകരം, സുന്ദരം എന്നൊക്കെയാണ് ബ്രമനിലെ ആൾക്കാർ പറയുന്നത്) ഈ ഹാൻസിയാറ്റിക് സൈനികരുടെ കൂട്ടത്തിൽനിന്ന് ഒളിച്ചോടിയ ഒരു സൈനികനെ ഇന്നലെ കൊണ്ടുവന്നു. ഇയാൾ ഒരു യഹൂദനായിരുന്നു. ട്രെവിരാനസ് പാസ്റ്ററിൽനിന്നും മതപരമായ നിർദ്ദേശങ്ങൾ സ്വീകരിച്ചിരുന്ന ഇയാൾ മാമോദീസ മുങ്ങാൻ ആഗ്രഹിച്ചിരുന്നു. പിന്നീട് ഒളിച്ചോടി, പട്ടണം ഉപേക്ഷിക്കാതെ. എന്നാൽ താൻ ബ്രങ്കുമിൽ ആണെന്നും തന്റെ ഒരു ബന്ധുവാണ് അവിടെ പോകാൻ പ്രേരിപ്പിച്ചതെന്നും പറഞ്ഞുകൊണ്ട് പാസ്റ്റർ ട്രെവിരാന്യൂസിന് കത്തെഴുതി. തന്റെ ശിക്ഷ കുറച്ചുകിട്ടാൻ വേണ്ടി പ്രശ്നത്തിലിടപെടാൻ അയാൾ പാസ്റ്ററോട് ആവശ്യപ്പെട്ടു. ഇന്നലെ വൈകിട്ട് ബ്രമനടുത്തുനിന്നും അയാളെ അറസ്റ്റുചെയ്തപ്പോൾ അയാൾ എവിടെയായിരുന്നുവെന്ന് വെളിവായി, പ്രശ്നത്തിലിടപെടാൻ പാസ്റ്റർ താല്പര്യപ്പെട്ടു. മിക്കവാറും അയാൾക്ക് അധികദൂരം നടക്കുകയോ അല്ലെങ്കിൽ 60 അടി ശിക്ഷ വാങ്ങുകയോ വേണ്ടി വരും. ഇവിടെ പട്ടാളക്കാർക്ക് എല്ലായ്പ്പോഴും ചാട്ടവാറടി ലഭിക്കുന്നു.

ബ്രമനിൽ ജൂതന്മാരേ ഇല്ല, പട്ടണാതിർത്തിയിൽ പെർമിറ്റുള്ള രണ്ട്

ജൂതന്മാർ മാത്രം, എന്നാൽ ആർക്കും പട്ടണത്തിലേക്ക് നീങ്ങാൻ കഴിയില്ല.

ഇന്ന് പകൽ മുഴുവൻ വീണ്ടും മഴപെയ്തുകൊണ്ടിരിക്കുന്നു. കഴിഞ്ഞ ആഴ്ചയിൽ ഒരിക്കലൊഴിച്ച് മഴ പെയ്തതേയില്ല, അല്ലാത്തപ്പോൾ, കുറച്ചാണെങ്കിലും എല്ലാം ദിവസവും മഴ പെയ്തിരുന്നു. ഞായറാഴ്ച ചൂട് വളരെ കൂടുതലായിരുന്നു. ആകാശം കൂടെക്കൂടെ മേഘാവൃതമായിരുന്നെങ്കിലും, ഇന്നലെയും അന്തരീക്ഷം ഏറക്കുറെ അസ്സഹനീയമായിരുന്നു. അവിടെ കാലാവസ്ഥ എങ്ങനെയാണ്? ഞാനിനി അമ്മയ്ക്ക് എഴുതാൻ പോവുകയാണ്. കാസ്പർമാൻസുമായുള്ള പിണക്കമൊക്കെ വീണ്ടും പരിഹരിച്ചേ, മുതുവാത്തേ?

വിട, മേരീ

നിന്റെ സഹോദരൻ
ഫ്രെഡറിക്

അടിക്കുറിപ്പ്

1. എമിൽച്ചൻ - എമിലി എംഗൽസ്
2. ആഡ്ലിഞ്ചൻ - ആഡ്ലിൻ എംഗൽസ്
3. കാൾ - കാൾ എംഗൽസ്
4. അമ്മ - എലിസബത്ത് എംഗൽസ്
5. മുത്തശ്ശി - ഫ്രാൻസിസ്കാവാൻ ഹാർ
6. അമ്മായി - ഫ്രിഡറിക്കെ വോൺഗ്രീഷേ
7. കാസ്പർ എംഗൽസ്
8. പാസ്റ്റർ - ജോർജ്ജ് ഗോട്ട് ഫ്രീഡ് ടെവിരാന്യൂസ്
9. അച്ഛൻ - ഫ്രെഡറിക്ക് എംഗൽസ്

രണ്ട്

ബ്രമൻ,
സെപ്തംബർ 11, 1838

പ്രിയപ്പെട്ട മേരീ,

"നാലു പേജുള്ള മറ്റൊരു കത്ത് നിന്നിൽനിന്നു കിട്ടുമെന്നും മറ്റും പ്രതീക്ഷിച്ചുകൊണ്ട്, ഞാൻ കാത്തിരിക്കുന്നു." അതേ, എന്റെ കൊച്ചു വാത്തേ, നിനക്ക് നാലു പേജുകൾ കിട്ടും, എന്നാൽ ഏതളവിലാണോ നീ കൊടുക്കുന്നത് അതേ അളവിൽ നിനക്കും അളക്കപ്പെടും,[1] അതു പോലും നിനക്ക് വളരെ കൂടുതലാണ്. ഇതുപോലൊരു ചെറിയ പേജിലാണ് ഞാൻ എഴുതാൻ പോകുന്നത്, നീയൊരു വലിയ പേജിൽ (കുറച്ച്) എഴുതുന്നതുപോലെ, ഭാവിയിൽ, ഇത്തരത്തിൽ പേപ്പർ ദുരുപയോഗപ്പെടുത്തുന്നത് ഞാൻ വിലക്കുന്നു. ഫാറ്റി വലിച്ചുവാരി എഴുതുമ്പോൾ, അത് വ്യത്യസ്തമായൊരു സംഗതിയാണ്. ഞാൻ പറഞ്ഞത് മനസ്സിലായോ കൊച്ചു മാംസെൽ? ഈ വർഷം സാന്തണിൽ പോകുന്നില്ലെങ്കിൽ, തീർച്ചയായും നീ പറയണം:

സന്ന്യാസിയെ സിറപ്പുകൊണ്ട് തൈലാഭിഷേകം നടത്തി
കർമ്മത്തിൽ സ്വയം ആശ്വസിക്കുക.

ബ്രമനിലെ ആളുകൾ ഇങ്ങനെയാണ് പറയുന്നത്, എനിക്കത് ഒഴിവാക്കാൻ പറ്റില്ല. നീ നേരത്തെതന്നെ അവിടെ ഉണ്ടായിരുന്നുവെന്ന് എനിക്ക് സങ്കല്പിക്കാൻ കഴിയും, കഴിയില്ലേ, മേരീ, ഒരു കോപ്പ വീഞ്ഞു കുടിച്ചപ്പോൾ ഹെർമാൻ[2] എങ്ങനെ അവിടെ എത്തിയെന്നറിയില്ലേ? ദീർഘനേരം ആഹ്ലാദം കിട്ടത്തക്കവിധം വളരെ സാവധാനത്തിലാണ്

അദ്ദേഹം അത് പാനം ചെയ്തത്. അതുകൊണ്ട് നീ നിന്നോടുതന്നെ പറയണം. ഇപ്പോൾ നമ്മൾ സാന്റണിലായിരുന്നെങ്കിൽ, ഇനിയും അവിടെ പോകേണ്ടിയിരുന്നെന്ന സന്തോഷം ഉണ്ടാകുമായിരുന്നില്ല. ഇപ്പോൾ നമുക്ക് മുന്നിൽ പ്രതീക്ഷാനിർഭരമായ ഒരു മുഴുനീള വർഷമുണ്ട്. ന്യായമായും ആ നിറവിൽ നമുക്ക് സന്തോഷിക്കാം. ഇതാണ് രാഷ്ട്രീയ മാർഗ്ഗമെന്ന് മനസ്സിലാക്കുക, സോക്രട്ടീസും യൂളൻ സ്പീഗലും ഇതു തന്നെ, ഇതേപ്പറ്റി പറയുമായിരുന്നു. ഭാവിയിലേക്ക് ഇതോർത്തിരിക്കുക. നീ എന്നോടു നടത്തുന്ന അത്രതന്നെ പ്രഭാഷണം എനിക്ക് നിന്നോട് നടത്താൻ കഴിയുമെന്നു മനസ്സിലാക്കുക. വീണ്ടും എനിക്കെഴുതുമ്പോൾ, ഓരോ ഖണ്ഡികയും "ഒന്ന് സങ്കല്പിച്ചു നോക്കൂ" എന്നു തുടങ്ങേണ്ട. എങ്ങനെ കിട്ടി നിനക്കീ കുലീന സ്വഭാവം? "ഇനി എന്തെഴുതണമെന്ന് എനിക്കറിയില്ല.'' എന്ന് നിനക്ക് എങ്ങനെ പറയാൻ കഴിയും? ഈ വർഷത്തെ നിന്റെ കാര്യക്രമം തയ്യാറാക്കിയ അന്നയ്ക്കും നിനക്ക് എങ്ങനെയുള്ള സ്കൂൾ റിപ്പോർട്ടാണെന്ന് നീ ഇതേവരെ പറഞ്ഞതുമില്ല. ഞാൻ അകലെയായിരുന്ന എട്ട് ആഴ്ചക്കാലം ഫാറ്റിയും എന്തെങ്കിലും തമാശ പറഞ്ഞിട്ടുണ്ടാവും. അതെക്കുറിച്ച് എനിക്ക് എഴുതാൻ, നിനക്ക് കഴിയുമായിരുന്നില്ലേ? എനിക്ക് യാതൊന്നുമറിയാത്ത എന്തെല്ലാം ഒരുപക്ഷേ, എന്തെല്ലാം സംഭവിച്ചിട്ടുണ്ടാകാം? "ഇനി എന്തെഴുതണമെന്ന് എനിക്കറിയില്ല" ഇത് എന്തുതരം ഒഴിവുകഴിവാണെന്ന് പറയുക. എന്തെഴുതണമെന്ന് എനിക്കും അറിയില്ല. ഞാനൊരു വരി തുടങ്ങുമ്പോൾ, അടുത്തവരിയിൽ എന്തെഴുതണമെന്നറിയില്ല. എന്നാൽ എന്തെങ്കിലും വരിക തന്നെ ചെയ്യും. ഞാനെഴുതുന്നത് നിനക്ക് പ്രയോജനകരമായിരിക്കുമെന്നു കരുതുന്നു, നിനക്കത്, അത്രകണ്ട് പ്രയോജനശൂന്യമാകില്ല. എന്നാൽ വരികൾ അകത്തെഴുതി രണ്ട് പേജ് നിറയ്ക്കുമ്പോൾ, നിന്റെ വിചാരം നീയൊരു ഹെർക്കുലിയൻ ശ്രമം നടത്തിയെന്നാണ്, എന്നാൽ എന്റെ കാര്യമോ? നിനക്കുള്ള ഈ കത്ത് ഞാൻ പൂർത്തിയാക്കിക്കഴിയുമ്പോൾ, വീണ്ടും ഞാൻ മൂന്ന് കത്തുകൾ എഴുതണം, നാളെ അല്ലെങ്കിൽ മറ്റെന്നാൾ അത് പോസ്റ്റ് ചെയ്യാൻ തയ്യാറാവുകയും വേണം. എനിക്കാണെങ്കിൽ വേണ്ടത്ര സമയവുമില്ല. എന്തുകൊണ്ടെന്നാൽ ഇന്ന് ഉച്ചയ്ക്ക് ശേഷം തപാൽ ഹവാനയിലേക്ക് അയക്കുകയാണ്, അതുകൊണ്ട് സ്വന്തമായി കത്തുകൾ എഴുതുന്നതിനുപകരം എനിക്ക് കത്തുകൾ പകർത്തേണ്ടതുണ്ട്. ഇന്ന് ഉച്ചയ്ക്ക് സ്ട്രക്കറുടെ ഒരു കത്ത് ഞാൻ പ്രതീക്ഷിക്കുന്നു. അവൻ അതിനൊരു മറുപടിയും പ്രതീക്ഷിക്കുന്നുണ്ടാവും, മറ്റൊന്നിൽ എഴുതിയ അതേ കാര്യം എനിക്ക് ഒരാൾക്ക് എഴുതാൻ കഴിയില്ല. അതുകൊണ്ട് നീ മനസ്സിലാക്കേണ്ട കാര്യമെന്തെന്നാൽ, നീ എനിക്ക് 6 പേജ് വരുന്ന കത്തെഴുതുന്നതാണ് ശരി,

ഞാൻ ഒരു പേജിന്റെ ആറിലൊന്നു മാത്രം എഴുതിയാലും, പരാതി പറയാൻ പാടില്ലെന്നു മനസ്സിലായോ? എന്നിരുന്നാലും, ഈ പ്രഭാഷണം നിന്റെ മൊത്തം കത്തുകളേക്കാൾ ദൈർഘ്യമുള്ളതാണ്. അതുകൊണ്ട് എനിക്ക് മറ്റ് പലതിനെക്കുറിച്ചും എഴുതാൻ കഴിയുമെന്നു മനസ്സിലാക്കുമല്ലോ! നിന്നോടു ഞാൻ തുറന്നു പറയട്ടെ ഈ കത്തയക്കുന്നതിനു മുമ്പ് എന്റെ കൈയിൽ ബ്രഷ് ഉണ്ടായിരുന്നെങ്കിൽ, ബ്രമനിലെ കർഷകരുടെ ഫാഷൻ സംബന്ധിച്ച കുറെ ചിത്രങ്ങൾ അടക്കം ചെയ്തേനെ - എന്നാൽ നീ പറഞ്ഞത് ഇപ്പോൾ ശരിയായി, ഇനി എന്തിനെക്കുറിച്ച് എഴുതണമെന്ന് എനിക്കറിഞ്ഞുകൂടാ, എന്നാൽ ഇനി എന്തെങ്കിലും കൂടി ചെയ്യണമോ എന്ന് എനിക്കറിഞ്ഞാൽ കൊള്ളാം. 4 പേജ് നിറയ്ക്കപ്പെടും, ശരിക്കും സത്യസന്ധമായിത്തന്നെ. ഏറ്റവും അസന്തോഷകരമായ കാര്യമെന്തെന്നാൽ വൈകുന്നേരമാകുമ്പോൾ നഗരകവാടം അടയ്ക്കപ്പെടും. ഇരുട്ടാവുമ്പോൾ, പുറത്തേക്കു പോകാനോ അകത്തേക്കുവരാനോ ആഗ്രഹിക്കുന്നവർ ആരായിരുന്നാലും ഒരു കടവു കൂലി നല്കണം, ഇപ്പോഴത് 7 മണിക്ക് തുടങ്ങുന്നു. ഇപ്പോൾ നിങ്ങൾ രണ്ട് ഗ്രോട്ട്സ് കൊടുക്കേണ്ടതുണ്ട്, സമയം കഴിയുന്തോറും അതു കൂടുന്നു. ഒൻപതു മണിക്കുശേഷം നിങ്ങൾ മൂന്നു ഗ്രോട്ട്സ് നല്കുന്നു. പത്ത് മണിക്ക് ആറ് ഗ്രോട്ട്സും പതിനൊന്ന് മണിക്ക് പത്തും പന്ത്രണ്ടും ഗ്രോട്ട്സ് നല്കുന്നു. കുതിരപ്പുറത്തു വരികയാണെങ്കിൽ നിങ്ങൾ അതിലും കൂടുതൽ നല്കണം. ഒന്നു രണ്ടു തവണ എനിക്കും കടവുകൂട്ടി നല്കേണ്ടി വന്നിട്ടുണ്ട്. കോൺസൽ[3] ഈ സമയത്ത്, ഇന്നുച്ചയ്ക്കുശേഷം എഴുതപ്പെടേണ്ട കത്തുകളെക്കുറിച്ച് മിസ്റ്റർ ഗ്രേവിനോട് സംസാരിച്ചുകൊണ്ടിരിക്കുന്നു. “കുറ്റവാളി” അല്ലെങ്കിൽ “നിരപരാധി” ആരെന്ന് കേൾക്കാൻ വേണ്ടി ജൂറി മടങ്ങി വരുന്നതു കാത്തിരിക്കുന്ന ഒരു തെമ്മാടിയെപ്പോലെ, അങ്ങേയറ്റത്തെ വികാര വിക്ഷോഭത്തോടെ ഞാൻ ശ്രദ്ധിച്ചുകൊണ്ടിരിക്കുന്നു. ഒരിക്കൽ ഗ്രേവ് എഴുതാൻ തുടങ്ങിയാൽ, ഞാനെവിടെയാണെന്നറിയുന്നതിനു മുമ്പ്, എനിക്ക് ആറ്, ഏഴ്, എട്ട് അല്ലെങ്കിൽ അതിൽ കൂടുതൽ കത്തുകൾ പകർത്താനുണ്ടാവും, ഓരോന്നും ഒന്ന് രണ്ട് അല്ലെങ്കിൽ ഒരു പക്ഷേ, മൂന്നു പേജുകൾ ഉണ്ടാവും. ഞാനിവിടെ ഉണ്ടായിരുന്ന സമയത്ത്, ഞാൻ നാല്പത് പേജുകൾവരെ പകർത്തിയിട്ടുണ്ടാകും നാല്പതു പേജുകൾ വലിയൊരു പകർത്തുബുക്കിൽ. ഇപ്പോൾ എന്റെ മുന്നിൽ ബാൾട്ടിമോറിലേക്കുള്ള മറ്റൊരു കത്ത് കിടക്കുന്നു. നോക്ക് നാല് പേജുകൾ നിറച്ചും, സമയം പതിനൊന്നരയായി, കോൺസലിനുള്ള കത്തുകൾ ശേഖരിക്കാനെന്ന ഭാവത്തിൽ എനിക്ക് പോസ്റ്റോഫീസിൽ പോകണം, എന്നാൽ യഥാർത്ഥത്തിൽ സ്ട്രൂക്കറുടെ

ഒരു കത്ത് ഉണ്ടോ എന്നു നോക്കാൻ വേണ്ടിയാണ്. പ്രിയപ്പെട്ട മേരീ വിട! വലിയ നാല് പേജുകൾക്കുവേണ്ടി ഞാൻ കാത്തിരിക്കുന്നു.

നിന്റെ സഹോദരൻ
ഫ്രെഡറിക്

അടിക്കുറിപ്പ്

1. മത്തായിയുടെ സുവിശേഷം
2. ഹെർമാൻ എംഗൽസ്
3. കോൺസൽ- ഹെയ്ൻ റിച്ച് ല്യൂപോൾഡ്

മൂന്ന്

ബ്രമൻ,
ഒക്ടോബർ 9, 1838

പ്രിയപ്പെട്ട മേരീ,

ഒടുവിൽ നാലുപേജുകൾ നിറയെ! നന്ന്, ആളുകൾ പറയുമ്പോലെ, നിനക്ക് സഹിക്കാൻ കഴിയാതാവുന്നതുവരെ ഞാൻ നിന്നെ പ്രശംസിക്കണം. നിർഭാഗ്യമെന്നു പറയട്ടെ ഇപ്പോൾ കുതിരസവാരിയുടെ സമയം കഴിഞ്ഞു. അതുകൊണ്ട് ഞായറാഴ്ച ഞാൻ വീട്ടിൽത്തന്നെ ആയിരിക്കും, എന്നാൽ ഞാൻ ഏറെ ആസ്വദിക്കാനുണ്ട്. ഒന്നുകിൽ ഞാൻ മറ്റുള്ളവർ കളിക്കുന്നതോ പാടുന്നതോ ശ്രദ്ധിക്കും അല്ലെങ്കിൽ ഞാൻ എഴുതും. വൈകുന്നേരമാകുമ്പോൾ ഞങ്ങൾ എല്ലാത്തരം വെറിപിടിച്ച കാര്യങ്ങളും ചെയ്യും. നിനക്കറിയാവുന്നപോലെ മിനിഞ്ഞാന്ന് ഞായറാഴ്ചയായിരുന്നു, ഞങ്ങൾ ഒരു കപ്പ് ധാന്യമാവിൽ ഒരു മോതിരമിട്ട്, വായ്കൊണ്ട് അത് കണ്ടെത്തുന്ന പ്രശസ്തമായ കളി സംഘടിപ്പിച്ചു. ഞങ്ങൾക്കെല്ലാവർക്കും ഊഴമുണ്ടായിരുന്നു - പാസ്റ്ററുടെ ഭാര്യ[1], പെൺകുട്ടികൾ, പെയ്ന്റർ[2] പിന്നെ ഞാനും, ഈ സമയം മുറിയുടെ മൂലയിലെ സോഫയിലിരുന്ന് ചുരുട്ടിന്റെ പുകച്ചുരുളുകൾക്കിടയിലൂടെ പാസ്റ്റർ[2] തമാശ ആസ്വദിച്ചു. ധാന്യപ്പൊടിയിൽനിന്ന് മോതിരമെടുക്കാൻ ആവർത്തിച്ച് ശ്രമിച്ച് ശരീരമാകെ പൊടി പുരണ്ടപ്പോൾ പാസ്റ്ററുടെ ഭാര്യക്ക് ചിരിയടക്കാൻ കഴിഞ്ഞതേയില്ല, പെയിന്ററുടെ ഊഴം വന്നപ്പോൾ, അയാൾ സർവ്വശക്തിയോടെ ഊതുകയാൽ, ഇടത്തും വലത്തും പൊടി പറന്ന്, അയാളുടെ പച്ചയും ചുവപ്പും നിറമുള്ള വസ്ത്രത്തിൽ ഒരു മേഘം കണക്കേ പതിച്ചു. അതിനുശേഷം പരസ്പരം മുഖത്ത് പൊടി വിതറി. ഞാൻ കോർക്കുകൊണ്ട് മുഖം കറുപ്പിച്ചു, അതുകൊണ്ട് അവരൊക്കെ

കത്തിനോടൊപ്പം എംഗൽസിന്റെ ഇല്ലസ്ട്രേഷൻ

ചിരിച്ചു. ഞാൻ ചിരിക്കാൻ ശ്രമിച്ചപ്പോൾ അവർ മുമ്പത്തേക്കാൾ കൂടുതലായി ഉച്ചത്തിൽ ചിരിച്ചു, അപ്പോൾ ഞാൻ ഹ ഹ ഹ ഹായെന്ന് ഉച്ചത്തിൽ ചിരിച്ചു, മറ്റുള്ളവർ അതേത്തുടർന്ന് ഹി ഹി ഹി ഹി യെന്ന്, ഒടുവിലത് മുൾച്ചെടികൾക്കിടയിൽ നൃത്തം ചെയ്യേണ്ടിവന്ന ഒരു യഹൂദന്റെ കഥ പോലെയായി, അവസാനം, ദൈവത്തെയോർത്ത്, ചിരി നിർത്താൻ അവരെന്നോട് യാചിച്ചു.

ആ ജട്ച്ചൻ ട്രൂസ്റ്റ് നിന്നെ ബോറടിപ്പിക്കാൻ, നീ അനുവദിക്കുന്നെങ്കിൽ, നീ ഇപ്പോഴും ശരിക്കുമൊരു വാത്ത തന്നെയാണ്. അകന്നു പോകാൻ നീ അവളോടു പറയാത്തതെന്തുകൊണ്ട്?

ഇപ്പോൾ ആ വാത്ത എന്നോട് പ്രഭാഷണം നടത്താൻ തുനിയുന്നു; അത് ഹൃദയസ്പർശിയാണ് - 'നീ എന്നോടു പെരുമാറുന്നതുപോലെ ഞാൻ നിന്നോടു പെരുമാറുമെന്ന ചൊല്ല്' നിനക്കറിയില്ലേ എന്റെ വാത്തകുഞ്ഞേ? നീ എത്രകണ്ട് ചെറുതായി എഴുതിയാലും ഞാൻ അത്രകണ്ട്, അതിന്റ രണ്ടിരട്ടി ചെറുതാക്കിയെഴുതുമെന്ന് നിനക്കറിയില്ലേ? എന്നാൽ നമുക്ക് പ്രശ്നം എന്നേക്കുമായി അവസാനിപ്പിക്കാം. നീ എനിക്ക് നാലുപേജ് എഴുതുമെങ്കിൽ, നിനക്കും നാല് പേജ് തിരിച്ചു കിട്ടും, പ്രശ്നം അങ്ങനെ അവസാനിക്കട്ടെ. അതുകൂടാതെ, ഈയാഴ്ച ഞാനെത്ര കത്ത് എഴുതിക്കഴിഞ്ഞെന്നും ഇനി എത്രയെണ്ണം എഴുതാനുണ്ടെന്നും അറിഞ്ഞു കഴിഞ്ഞാൽ നിനക്കെന്നോട് അനുകമ്പ തോന്നും, രണ്ടു പേജുള്ള കത്തുകൊണ്ട് തൃപ്തിപ്പെടുകയും ചെയ്യും. എപ്പോഴെങ്കിലും സ്ട്രക്കറോടു ചോദിക്കണം, ഞാൻ അദ്ദേഹത്തിന് എത്ര കത്തെഴുതിയെന്ന്. സമയം കിട്ടുമ്പോൾ വൂമിനോടും ചോദിക്കണം - എന്നാൽ അവൻ അവിടെയില്ലെ അതുകൊണ്ട് ഞാനൊരു കാര്യം പറയട്ടെ -

ഏറ്റവും ചുരുങ്ങിയത് ഇതുപോലെ പന്ത്രണ്ടുപേജുകൾ, വീണ്ടും പേജിനു കുറുകെ ചുവപ്പ് മഷിയിലും. എന്നാൽ അത്രത്തോളം എനിക്ക് മറുപടിയായി എഴുതുന്നു. എനിക്ക് അമ്മ, ഹെർമാൻ[4] അഗസ്റ്റ്[5] റുഡോൾഫ്[6] എന്നിവർക്കും എഴുതേണ്ടതുണ്ട്, അതെല്ലാംകൂടി എത്രവരുമെന്നാണ് നീ വിചാരിക്കുന്നത്? നിനക്ക് മറ്റ് കത്തുകളും വായിക്കാൻ കഴിയുന്നതുകൊണ്ട്, നീ എനിക്കെഴുതുന്നതുപോലെ, എന്റെടുത്തുനിന്നും പകുതികൊണ്ടു തൃപ്തയാകുമെന്ന് പ്രതീക്ഷിക്കുന്നു. ഞാൻ അന്നയെ ആകാശത്തോളം പ്രശംസിക്കുന്നുവെന്നു നീ പറയുന്നു, എന്നാൽ അത്ര നല്ല വണ്ണമല്ല, ഞാൻ അങ്ങനെ ചെയ്യില്ല. എന്നാൽ അവൾ നാല് പേജ് എഴുതുകയും നീ മൂന്ന് പേജ് മാത്രം എഴുതുകയും ചെയ്താൽ, അവൾ നിന്നേക്കാൾ ഭേദമല്ലേ? ഇതിൽ നിന്നൊക്കെ വ്യത്യസ്തമായി, നിനക്ക് കൂറുള്ള ഒരു മനസ്സുണ്ടെന്നും അങ്ങേയറ്റം ആത്മാർത്ഥതയോടെ നീ എനിക്കെഴുതുന്നുവെന്നു ഞാൻ സന്തോഷത്തോടെ സമ്മതിക്കും. എന്നാൽ നിനക്ക് വഴക്കുണ്ടാക്കാനുള്ള അവകാശമുണ്ടെന്ന് സങ്കല്പിക്കരുത്, മുട്ടിന്മേൽനിന്ന് ശരിക്കും മാപ്പപേക്ഷിക്കേണ്ട അവസരത്തിൽപോലും, നീ ചുമൽ വാറിനെക്കുറിച്ച് പരാതിപ്പെടുന്നു, എന്നാൽ എന്റെ കൊച്ചു വാത്തേ, നിവർന്നു നടക്കുക അപ്പോൾ അവർ അത് ധരിപ്പിക്കുകയില്ല. നീ വിവരിച്ചതുപോലെയുള്ള അതേ കാലാവസ്ഥയായിരുന്നു ഇവിടെയും, എന്നാലിപ്പോൾ അസഹ്യമാണ്; നിരന്തരമായി മഴയും ചാറ്റൽ മഴയും, ചിലപ്പോൾ പെരുമഴ. അപ്പോൾ ഞങ്ങൾക്ക് ഓരോ 24 മണിക്കൂറിലും ഇത്തിരി നീലാകാശം കാണാം അര വർഷം കൂടുമ്പോൾ ഇത്തിരി സൂര്യപ്രകാശവും.

ക്രിസ്തുമസിന് എന്താണ് ഇഷ്ടപ്പെടുന്നതെന്ന്, എഴുതണമെന്ന് നീ ആവശ്യപ്പെടുന്നു? കൊള്ളാം, എന്റെ കൈവശമുള്ളത് നീ ഉണ്ടാക്കേണ്ട ആവശ്യമില്ല, എനിക്കില്ലാത്തത് എന്താണെന്ന് നിനക്കറിയാമല്ലോ, അതുകൊണ്ട് ഞാനെന്താണ് എഴുതേണ്ടത്? സിഗരറ്റ് കൂടിന് ഒരു എംബ്രോയിഡറി തയ്യാറാക്കുക അല്ലെങ്കിൽ – എന്തുവേണമെന്നെനിക്കറിയില്ല, എന്നാൽ നിനക്ക് രണ്ടോ മൂന്നോ ദിവസം കൂടുമ്പോൾ അമ്മയിൽനിന്നും പണം പിശുക്കാം, ക്രിസ്തുമസ് സമ്മാനമായി എനിക്ക് ഗെയ്ഥെയുടെ പുസ്തകം അയച്ചുതരാൻ. എനിക്കത് അത്യാവശ്യമാണ്, എന്തുകൊണ്ടെന്നാൽ, ഗെയ്ഥെയുടെ പരാമർശമില്ലാതെ ഇവിടെ നിനക്ക് എന്തെങ്കിലും വായിക്കാൻ കഴിയില്ല. ആരായിരുന്നു ഈ ഗെയ്ഥെ എന്ന മനുഷ്യൻ? മിസ്റ്റർ റീപ്പെ പറയുന്നത് കുട്ടികളെന്നാണ്, അദ്ദേഹം....

നീ വരച്ച കോഴിക്കൂടിന്റെ ചിത്രം എനിക്ക് നന്നായി മനസ്സിലാക്കാൻ കഴിഞ്ഞു. അത് വളരെ പ്രായോഗികമാണ് – പൂച്ചയ്ക്ക് അല്ലെങ്കിൽ വെരുകിന് അകത്തു കടക്കാൻ കഴിയില്ല, കോഴികൾക്ക് പുറത്തു കടക്കാനും കഴിയില്ല.

കഴിഞ്ഞ വെള്ളിയാഴ്ച ഞാൻ നാടകശാലയിൽ പോയി *'നാച്ച്ലാഗർ ഇൻ ഗ്രാനഡ'*[7] എന്ന നാടകം കളിക്കുകയായിരുന്നു. വളരെ

നല്ല ഒരു സംഗീത നൃത്തനാടകം. ഇന്നു രാത്രിയിൽ അവർ '*ഡൈസ്വാ ബർഫ്ളൂട്ട്*[8] എന്ന നാടകം അവതരിപ്പിക്കുന്നു. ഞാൻ അത് കാണാൻ പോകും. അത് എങ്ങനെയാണെന്ന് എനിക്കറിഞ്ഞാൽ കൊള്ളാം. അത് യഥാർത്ഥത്തിൽ നല്ലതായിരിക്കുമെന്ന് ഞാൻ പ്രതീക്ഷിക്കുന്നു. ഒക്ടോബർ 10- ഞാൻ നാടകശാലയിൽ പോയി. എനിക്ക് *ഡൈസ്വാ ബർഫ്ളൂട്ട്* വളരെ ഇഷ്ടമായി. എപ്പോഴെങ്കിലും നീ ഇവിടെവന്ന് അത് കാണണമെന്ന് ഞാൻ ആഗ്രഹിക്കുന്നു, നിനക്കത് വളരെ ഇഷ്ടമാകുമെന്ന് ഞാൻ വാതുവയ്ക്കുന്നു. അതെ, മേരീ, ഇപ്പോൾ ഞാൻ എന്തിനെക്കുറിച്ച് എഴുതും? കുറേക്കൂടി നല്ലതായ ഒന്നിനെക്കുറിച്ചും എനിക്കും ചിന്തിക്കാനില്ല, നാലു പേജ് നിറഞ്ഞാൽ, നീ തീർച്ചയായും സന്തുഷ്ടനായിരിക്കും. കത്തിൽ എന്തു തന്നെയായിരുന്നാലും. ഇവിടെ ബ്രമനിൽ കച്ചവടക്കാരുടെ വീടുകൾ സവിശേഷരീതിയിലാണ് നിർമ്മിച്ചിരിക്കുന്നത്. നമ്മുടെ വീടുകളെപ്പോലെ നീളമുള്ള വശം തെരുവിന് അഭിമുഖമായല്ല, അവയുടെ നീളം കുറഞ്ഞ വശമാണ് തെരുവിന് അഭിമുഖമായിട്ടുള്ളത്, അതുകൊണ്ട് മേല്ക്കൂരകൾ വളരെ അടുത്തായിട്ടാണ്, ഹാൾ വളരെ വലിപ്പമുള്ളതും ഉയരമുള്ളതുമാണ്, ശരിക്കും ചെറിയൊരുപള്ളിയെപ്പോലെ. അവയ്ക്ക് മുകളിലും താഴെയും മേച്ചിൽ ഉണ്ട്, ഒന്ന് മറ്റൊന്നിന്റെ മുകളിലായി. അവ കെണി വാതിലുകൾകൊണ്ട് അടച്ചിട്ടിരിക്കും, അതിലൂടെ ഒരു കപ്പിക്കും കയറിനും മുകളിലേക്കും താഴേക്കും ചലിക്കാം. മുകളിലത്തെ മാളികപ്പുര കലവറയാണ്. കോഫി, ലിനൻ, പഞ്ചസാര, തിമിംഗലയെണ്ണ മുതലായവ കപ്പി വഴി കൊണ്ടുവരുന്നു. എല്ലാ ഹാളുകൾക്കും അപ്രകാരം രണ്ടു നിര ജനാലകളുണ്ട്. ഒന്നിനുമുകളിൽ ഒന്നായി-തന്റെ നാലു കുട്ടികളുമായി കോൺസലിന്റെ ഭാര്യ വീണ്ടും പട്ടണത്തിലേക്ക് നീങ്ങിയിട്ടുണ്ട്; അവൻ ശല്യകരമായ ബഹളമുണ്ടാക്കുന്നു. ഭാഗ്യമെന്നും പറയട്ടെ, അവരിൽ രണ്ടുപേർ, എലിസബത്തും ലോയിനും (യഥാർത്ഥപേര് ലുഡ്വിഗ്) സ്കൂളിൽ പോകുന്നവരാണ്, അതുകൊണ്ട് പകൽ മുഴുവനും അവരുടെ ശബ്ദം ശ്രവിക്കേണ്ട. എന്നാൽ ലോയിനും ഡിഗ്ഫ്രെഡും ഒന്നിച്ചാൽ നിങ്ങൾക്ക് സഹിക്കാൻ പറ്റാത്ത ബഹളമുണ്ടാക്കും. കഴിഞ്ഞ ദിവസം അവർ ലിനൻ പെട്ടകത്തിനുമേൽ നൃത്തം ചെയ്യാൻ തുടങ്ങി. ഓരോരുത്തരും ഒരു തോക്കും വാളുമായി സായുധരായിരുന്നു; അവർ പരസ്പരം ദ്വന്ദയുദ്ധത്തിനു വെല്ലുവിളിച്ചു. ലോയിൻ അവന്റെ പെരുമ്പറ ഉച്ചത്തിൽ മുഴക്കി അതു മതി നമ്മുടെ കാതുപൊട്ടാൻ. എനിക്ക് വളരെ നല്ലൊരു സ്ഥലമാണ് കിട്ടിയത്. എന്റെ ഡെസ്കിനു മുന്നിൽ വലിയൊരു ജനാലയുണ്ട്. ഹാളിലേക്കു തുറക്കുന്നത് അതുകൊണ്ട് അവിടെ നടക്കുന്നതെന്തും എനിക്കു കാണാം. നീ എനിക്ക് കോഴിക്കളം വരച്ചു തന്നതുകൊണ്ട് ഞാൻ നിനക്ക്, ഓഫീസിൽനിന്നു കാണുമ്പോഴുള്ള, പള്ളി വരയ്ക്കുന്നു. വിട!

നിന്റെ സഹോദരൻ
ഫ്രെഡറിക്

അടിക്കുറിപ്പ്

1. പാസ്റ്ററുടെ ഭാര്യ - മത്തിൽഡാ ട്രെവിറാനാസ്
2. പെയ്ന്റർ - ജി. ഡബ്ല്യു. ഫീസ്റ്റ് കോൺ
3. പാസ്റ്റർ - ജോർജ്ജ് ഗോട്ട് ഫ്രീഡ് ട്രെവിറാനസ്
4. ഹെർമാൻ - ഹെർമാൻ എംഗൽസ്
5. അഗസ്റ്റ് - അഗസ്റ്റ് എംഗൽസ്, എംഗൽസിന്റെ കസിൻ
6. റുഡോൾഫ് - റുഡോൾഫ് എംഗൽസ്
7. നാച്ച് ലാഗർ ഇൻ ഗ്രാനഡ - ക്രീറ്റസറുടെ ഒരു സംഗീതശില്പ നാടകം
8. ഡൈ ഡ്വാബർ ഫ്ളൂട്ട് - മൊസാർട്ടിന്റെ മാജിക് ഫ്ളൂട്ട്

നാല്

ബ്രമൻ,
നവംബർ 13, 1838

പ്രിയപ്പെട്ട മേരീ,

നിന്റെ രണ്ടു കത്തുകളും എനിക്ക് അത്യധികം ആഹ്ലാദം നല്കി, സമയവും സ്ഥലവും അനുവദിക്കുന്നിടത്തോളം നിന്നോടു ചിലതു പറയാൻ, എന്തു ചെയ്യാൻ കഴിയുമെന്നു നോക്കട്ടെ. ഇപ്പോൾ സമയം മൂന്നു മണി കഴിഞ്ഞു. നാലുമണിയോടെ കത്ത് പോസ്റ്റ് ചെയ്യണം. എന്നാൽ അധികമായി നിന്നോടെന്തു പറയണമെന്ന് എനിക്കറിഞ്ഞുകൂടാ. ബ്രമനിലെ ജനങ്ങൾ കാവല്പുരയിൽ മനോഹരമായ രണ്ട് പീരങ്കികൾ സ്ഥാപിച്ചതൊഴികെ സാധാരണയിൽ കവിഞ്ഞതൊന്നും ഇവിടെ സംഭവിക്കുന്നില്ല. ഫുട്ട്ബോർഡ് എന്നതിനുപകരം ഇവിടത്തെ ജനങ്ങൾ ഫുട്ട്സ്റ്റൂൾ എന്നാണ് പറയുന്നത്. ധാരാളം ആളുകൾ ഇപ്പോഴിവിടെ മഴക്കോട്ടു ധരിക്കുന്നു. കഴിഞ്ഞരാത്രി കടുത്ത തണുപ്പായിരുന്നു, ജാലകച്ചില്ലിന്മേൽ മഞ്ഞിൻ ശിഖരങ്ങൾ രൂപപ്പെട്ടിരുന്നു. ഇപ്പോൾ നല്ല സൂര്യപ്രകാശവും മറ്റുമുണ്ട്. നീ അമ്മയോടു പറയേണ്ട ഒരു കാര്യമുണ്ട്. കൊളോണിൽ പോകുമ്പോൾ എനിക്ക് കുറെ പുസ്തകങ്ങൾ വാങ്ങി അയച്ചുതരണമെന്നും പിതാവിന്റെ അടുക്കൽനിന്നും പണം വാങ്ങിക്കൊള്ളണമെന്നും സെപ്തംബർ അവസാനം ഞാൻ ഗ്രേബേഴ്സിന് എഴുതിയിരുന്നു. എന്നാലവർ കൊളോണിൽ പോയതേയില്ല. അവർ അവരുടെ കസിന് എഴുതിയിട്ടുണ്ട്. അതുകൊണ്ട് അവൻ പാസ്റ്റർ ഗ്രേബർ വശം പുസ്തകങ്ങൾ കൊടുത്തയച്ചാൽ നന്നായിരുന്നു. എനിക്കുവേണ്ടി പിതാവ് പണം കൊടുക്കുമെന്നുറപ്പുണ്ട്. അവൻ പുസ്തകങ്ങളൊന്നും അയച്ചുതന്നില്ലെങ്കിലും കുഴപ്പമില്ല. നീ അതോർത്ത് വിഷമിക്കേണ്ട. ഇതിനു മുമ്പുതന്നെ ഇതേക്കുറിച്ച് എഴുതേണ്ടതായിരുന്നു. എന്നാൽ ശരിയായ

നടപടിക്രമത്തെക്കുറിച്ച് വിശ്വാസയോഗ്യമായ അറിവ് ഇന്നുമാത്രമാണ് കിട്ടിയത്. വിൽഹെം ഗ്രേബറും എനിക്കെഴുതുന്നുണ്ട്. തീർച്ചയായും നിനക്ക് കൗതുകമുള്ളൊരു കാര്യമുണ്ട്. ബർലിനിൽ ശരിക്കും കക്കൂസുകളില്ല, കമ്മോഡുകൾ മാത്രം. ഒരു അഞ്ചു വെള്ളി ഗ്രോഷന് അവ പ്രത്യേകമായി വാടകയ്ക്കെടുക്കണം. എന്നാലും ഒരു പാസ്റ്ററുടെ മക്കളെന്ന നിലയ്ക്ക് അവരെ ഇതിൽനിന്നും മറ്റു നികുതികളിൽ നിന്നും ഒഴിവാക്കിയിട്ടുണ്ട്. ഹാർഡ് പർവ്വതത്തിലൂടെ ബ്ലോക്ക്സ്ബർഗ്വരെയുള്ള അവരുടെ സഞ്ചാരത്തെപ്പറ്റിയും, വളരെ പൊക്കമുള്ളൊരു ഗാർഡിന്റെ അകമ്പടിയോടെ മാഗഡബർഗിൽനിന്നും ബർലിനിലേക്കുപോയതിനെപ്പറ്റിയും അവരെന്നോട് ഒത്തിരിക്കാര്യങ്ങൾ പറഞ്ഞു. നീ എപ്പോഴെങ്കിലും എന്നെ കാണാൻ വരുമെങ്കിൽ മുഴുവൻ കഥയും നിന്നോടു പറയാം. കൂടാതെ സുന്ദരിയായ ഡൊറോത്തിയുടെ കഥയും. ഈ കഥ നടന്നത് ഹാർഡ് രാജ്യത്തെ സിയബർട്ടൽ എന്ന സ്ഥലത്താണ്. അതീവ സമ്പന്നനായൊരു ഒരു വ്യക്തിക്ക് ഏഴുവയസ്സുമാത്രം പ്രായമുള്ളൊരു കൊച്ചു പെണ്ണിനോടു പ്രണയം തോന്നി. അയാൾ പെൺകുട്ടിയുടെ പിതാവിന് ഒരു മോതിരം നല്കി. മോതിരം പെൺകുട്ടിയുടെ വിരലിനു പാകമാകുമ്പോൾ അയാൾ തിരിച്ചുവന്ന് അവളെ വിവാഹം കഴിക്കാമെന്ന് വാക്കു നല്കി. അയാൾ പത്തുവർഷം കഴിഞ്ഞ് മടങ്ങി വന്നപ്പോൾ, ആ പെൺകുട്ടി മരിച്ച് ഒരു വർഷം കഴിഞ്ഞിരുന്നു. കടുത്ത നിരാശയിൽ ആ മാന്യനും മരിച്ചു. ഇതേക്കുറിച്ച് ഫ്രിറ്റ്സ് ഗ്രേബർ ഹൃദയ സ്പർശിയായ ഒരു കവിത രചിക്കുകയുണ്ടായി. ഇപ്പോൾ കത്ത് ഒരു പേജ് നിറഞ്ഞു കഴിഞ്ഞു. ഇതോടൊപ്പം അയക്കാനുള്ള മറ്റൊരു കത്ത് ഞാൻ പകർത്തും, രണ്ടുംകൂടി തപാലാപ്പീസിൽ കൊണ്ടുപോകും. നീ ഇഡാ[1]യ്ക്ക് എഴുതുന്നുണ്ടോ? മാൻഹേ

എംഗൽസിന്റെ ഒരു ഇല്ലസ്ട്രേഷൻ

മിൽ വച്ച് ശ്രീമാൻ ഹോളർ ജൂൽ[2] എന്നോട് വലിയ അടുപ്പം കാട്ടി. എന്നാൽ കാളിന്[3] വളരെ ദേഷ്യമായി. എന്തുകൊണ്ടെന്നാൽ അവൻ കൂടെക്കൂടെ അവളെ സന്ദർശിക്കാറുണ്ട്. നീയിത് ആരോടും പറയരുത്.

നിന്റെ സഹോദരൻ
ഫ്രെഡറിക്

അടിക്കുറിപ്പ്

1. ഇഡാ എംഗൽസ്
2. ജൂലി എംഗൽസ്
3. കാൾ എംഗൽസ്

അഞ്ച്

ബ്രമൻ,
ഡിസംബർ- അവസാനം 1838

പ്രിയപ്പെട്ട മേരീ,

കൂടുതൽ സമയവും കിടക്കയിൽ തന്നെ കിടന്ന് നല്ലൊരു കാര്യം ചെയ്യുകയാണ് കുഴിമടിച്ചിയായ നീ. നീ ഈ സ്വഭാവം ഉപേക്ഷിക്കണം. ഈ കത്തു കിട്ടുമ്പോഴേക്കും നീ അസുഖം വെടിഞ്ഞ് എഴുന്നേല്ക്കണം. കേൾക്കുന്നുണ്ടോ നീ? നീ അയച്ചുതന്ന ചുരുട്ടുപെട്ടിക്ക് നന്ദി. തെര ഞ്ഞെടുത്ത മാതൃകയ്ക്ക് മാത്രമല്ല, അത് നിർവ്വഹിച്ച രീതിക്കും സമ്പൂർണ്ണ അംഗീകാരം ലഭിച്ചുവെന്ന് ഞാൻ നിനക്ക് ഉറപ്പു തരുന്നു. കടുത്ത വിമർശകനായ ശ്രീമാൻ ഡി ഡബ്ല്യുഫീസ്റ്റ്കോൺ എന്നു പേരുള്ള പെയ്ന്റർപോലും അഭിനന്ദനം അറിയിച്ചു. മേരി ട്രെവിറാനസും എനി ക്കുവേണ്ടി ഒരെണ്ണം എംബ്രോയിഡറി ചെയ്തു. എന്നാലവൾ അത് തിരി ച്ചുവാങ്ങി, ക്രൂസ്നാക്കിനു സമീപമുള്ള മൂൺസ്റ്റർ ആംനസ്റ്റീനിലെ ശ്രീമാൻ പാസ്റ്റർ ഹെസ്സലിനയയ്ക്കാൻ പോകയാണ്. അയാൾക്കും അവ ളൊരെണ്ണം വാഗ്ദാനം ചെയ്തിരുന്നു. അതിനുപകരം അവൾ എനിക്കൊരു ചുരുട്ടുകൂട ഉണ്ടാക്കുകയാണ്. പാസ്റ്ററുടെ ഭാര്യ[1]യുടെ പക്കൽ എനിക്കുവേണ്ടി ഒരു പ്രത്യേകതരം പേഴ്സുണ്ട്. ല്യൂപോൾ ഡിന്റെ കുട്ടികളുടെ പക്കൽ തൊപ്പി തെറിപ്പിക്കുന്ന റൈഫിളും, വാളുക ളുമുണ്ട്. ല്യൂപോൾഡ്[2] കുട്ടികളെ മുള സൈനികരെന്നാണ് വിളിക്കു ന്നത് (കഷൂബ്സ്)! കുളവുമായി ബന്ധപ്പെട്ട നിന്റെ കൊനഷ്ട് ചോദ്യം എനിക്ക് മനസ്സിലായില്ല. ഞാനൊരെണ്ണം നിന്നോടു ചോദിക്കാം. ലെഡ്ഷി യാക്ക് എന്താണെന്ന് നിനക്കറിയാമോ? (എനിക്കതറിയില്ല. കിഴവൻ കൂടെക്കൂടെ ഉപയോഗിക്കുന്ന ഒരു ഇരട്ടപ്പേരാണത്?) നിനക്ക് ഉത്തരം കണ്ടുപിടിക്കാൻ കഴിയുന്നില്ലെങ്കിൽ ഇത് ഒരു കണ്ണാടിക്കു നേരേ പിടിച്ച്

വായിക്കുക. അപ്പോൾ നിനക്കത് വായിക്കാൻ കഴിയും. ല്യൂപോൾഡ് കുടുംബത്തിൽ ഒരംഗം കൂടുതലായെന്ന് - ഒരു കൊച്ചുപെണ്ണ്- ഞാനിപ്പോഴറിഞ്ഞു. ഞാനിപ്പോൾ സമൂഹഗാനം രചിച്ച് സംഗീത സംവിധാനം തുടങ്ങിയിരിക്കയാണ്. സംഗതി വളരെ വിഷമം പിടിച്ചതാണ്. താളവും സ്വരമേളവും ഉച്ചസ്ഥായിയും എല്ലാം കൂടിച്ചേർന്ന് വലിയ സൊല്ല തന്നെ. ഞാനത്രയ്ക്കൊന്നും മുന്നേറിയിട്ടില്ല. എന്നാലും ഞാൻ നിനക്കൊരു മാതൃക അയച്ചുതരാം. ആദ്യത്തെ രണ്ടുവരിയിൽ "നമ്മുടെ ദൈവം ശക്തമായൊരു കോട്ടയാണ്."[1] രണ്ടു ശബ്ദത്തിൽ കൂടുതലായി എനിക്കത് ഇതേവരെ ചെയ്യാൻ കഴിഞ്ഞിട്ടില്ല, നാല് ശബ്ദങ്ങൾ വളരെ ക്ലേശമാണ്. ഈ രചനയിൽ എനിക്ക് എന്തെങ്കിലും തെറ്റുപറ്റിയെന്ന് തോന്നുന്നില്ല. സമയം കിട്ടുമ്പോൾ പാടാൻ ശ്രമിക്കുക.

വിട. പ്രിയപ്പെട്ട മേരീ
നിന്റെ സഹോദരൻ ഫ്രെഡറിക്

അടിക്കുറിപ്പ്

1. മാത്തിൽഡാ ട്രെവിറാനസ്
2. ഹെയ്ന്റിച്ച ല്യൂപോൾഡ്
3. മാർട്ടിൻ ലൂതർ കിങ്ങിന്റെ പ്രാർത്ഥനയുടെ ആദ്യവരി

ആറ്

ബ്രമൻ,
ജനുവരി 7, 1839

പ്രിയപ്പെട്ട മേരീ,

നിന്റെ പല്ല് പറിച്ചിട്ടുണ്ടാകുമെന്നു കരുതുന്നു. അല്ലെങ്കിൽത്തന്നെ അതിന്റെ ആവശ്യമില്ലായിരുന്നല്ലോ. കുളത്തെക്കുറിച്ചുള്ള നിന്റെ കുസൃതി ചോദ്യം നന്നായിരുന്നു. എന്നാൽ നിനക്കുതന്നെ അത് പരിഹരിക്കാൻ കഴിയണം. നോക്കൂ സംഗീതസംവിധാനം കഠിന ശ്രമമാണ്; ഒരുപാട് കാര്യങ്ങൾ ശ്രദ്ധിക്കേണ്ടതുണ്ട്. സ്വരം, മേളങ്ങളുടെ ലയം, ശരിയായ ആരോഹണം. ഇതെല്ലാംകൂടി വളരെയേറെ ബുദ്ധിമുട്ടാണ്. അടുത്ത തവണ എന്തെങ്കിലും അയയ്ക്കാൻ കഴിയുമോ എന്ന് നോക്കട്ടെ. ഇപ്പോൾ ഞാൻ മറ്റൊരു സമൂഹഗാനത്തിന്റെ സൃഷ്ടിയിലാണ്. ഇതിൽ കീഴ്സ്ഥായിയും ഉച്ചസ്ഥായിയും ഒന്നിടവിട്ടുവരും. ഇതൊന്നു ശ്രദ്ധിക്കുക. പക്കമേളം ഇപ്പോഴുമായിട്ടില്ല ചില മാറ്റങ്ങളും വരുത്തിയേക്കാം. നാലാമത്ത വരിയൊഴികെ ബാക്കിയെല്ലാം സ്തുതിഗീതത്തിൽ നിന്നുള്ള മോഷണമാണ്. ലത്തീൻ ഭാഷയിലെ പ്രശസ്തമായ കവിതയാണ് വിഷയം "കുരിശാരോഹണ സമയത്തെ മേരിയുടെ വേദന ദുഃഖകരമായ മാതൃത്വത്തിന്റെ മാതൃകയാണ്."

ഇന്നുച്ചയ്ക്ക് അലക്കുപുരയിൽ വച്ച് പാസ്റ്റർ ഒരു പന്നിയെക്കൊന്നു. ഇക്കാര്യത്തിൽ അദ്ദേഹത്തിന്റെ [1]ഭാര്യക്ക് തുടക്കത്തിൽ യാതൊരു പങ്കുമില്ലായിരുന്നു. എന്നാൽ അദ്ദേഹം അവർക്കത് സമ്മാനമായി നല്കാനാഗ്രഹിക്കുന്നെന്നു പറഞ്ഞു. അതുകൊണ്ട് അവർക്കത് സ്വീകരിക്കേണ്ടിവന്നു. പന്നി മുക്രിയിട്ടതേയില്ല. പന്നി ചത്തു കഴിഞ്ഞ ഉടനെ വീട്ടിലെ സ്ത്രീകളെല്ലാം വന്നു. എന്നാൽ രക്തം വാർന്നു കളയാനുള്ള തന്റെ

സ്ഥാനം മറ്റാർക്കും മുത്തശ്ശി നല്കിയില്ല. അത് വളരെ വിചിത്രമായി തോന്നി. നാളെയവർ സ്വാസേജുണ്ടാക്കും. അതാണ് ശരിക്കും മുത്തശ്ശി ക്കുള്ളത്.

നീയൊരു കുരങ്ങനെ കണ്ടെന്നു പറയുന്നു. അത് നീ തന്നെയായി രുന്നു. നീ കത്ത് ഒട്ടിക്കാനുപയോഗിച്ച ചെറിയ ബിസ്കറ്റിന്മേൽ ഒരു ചെറിയ കത്തുണ്ടായിരുന്നത് നിനക്കറിയാമോ? സത്യത്തിന്റെ പരിഭാഷ! അതിലും ഒരു കണ്ണാടി വരച്ചിരുന്നു. അമ്മയോടു പറയണം "ട്രെവി റാനസ്" എന്നെഴുതേണ്ടെന്ന്. 'ശ്രീമാൻ പാസ്റ്റർ' എന്നത് മേൽവിലാസ ത്തിൽനിന്നും അപ്പാടെ ഒഴിവാക്കാം. ഞാനെവിടെയാണെന്ന് തപാൽക്കാര നറിയാം. എല്ലാ ദിവസവും ഞാൻ തന്നെയാണ് തപാലാപ്പീസിൽനിന്ന് കത്ത് വാങ്ങുന്നത്. കൂടാതെ കത്ത് ഓഫീസിലേക്കു കൊണ്ടുവരാതെ ട്രെവിറാനസിന്റെ[2] വീട്ടിൽ, എന്റെ കൈയിൽതന്നെ തരാൻ ശ്രമിക്കാ റുണ്ട്. വീട്ടിൽവന്ന് രണ്ടു മണിക്കൂർ കഴിഞ്ഞു മാത്രമാണ് കത്തെനിക്ക് കിട്ടുന്നത്.

പുതുവർഷത്തിനു തൊട്ടുമുൻപുള്ള ഞായറാഴ്ച ഹെർമാൻ[3], വെയി റ്ററുടേതടക്കം പല വേഷങ്ങൾ അഭിനയിച്ചുവെന്ന് സ്ട്രൂക്കർ എനിക്കെ ഴുതി. അദ്ദേഹം അതേക്കുറിച്ചെനിക്കെഴുതണം. അദ്ദേഹത്തിന്റെ വൈദ ഗ്ദ്ധ്യത്തെക്കുറിച്ച് സ്ട്രൂക്കർക്ക് വളരെ മതിപ്പാണ്. മൂന്നുവർഷം ഒരു റെസ്റ്റോറന്റിന്റെ പണിയെടുത്താലെന്നവണ്ണം ഹെർമാൻ വെയിറ്ററുടെ വേഷം നന്നാക്കി. അദ്ദേഹം അത്രകണ്ടു വളരുന്നുവോ?

അമ്മയോടു പറയണം എന്റെ രചന ഷോൺസ്റ്റീനെ കാണിക്കരു തെന്ന്. അല്ലെങ്കിൽ അദ്ദേഹം വീണ്ടും വല്ലതും പറയും. അതോടെ എല്ലാം അവസാനിക്കും. നോക്കൂ, സംഭവിക്കുന്നതൊക്കെ ഞാൻ മനസ്സിലാക്കു ന്നുണ്ട്. അടുത്തതവണ ബ്രമനിലെത്തുമ്പോൾ ആ മൂപ്പനെപ്പോലെ ബ്രമന്റെ ഉപദേശകനാകും.

വിട, എന്റെ സോദരീ
നിന്റെ ഫ്രെഡറിക്

അടിക്കുറിപ്പ്

1 ജ്യോർഗ് ഗോട്ട്ഫ്രീഡ് ട്രെവിറാനസ്
2 മത്തിൽഡാ ട്രെവിറാനസ്
3 ഹെർമാൻ എംഗൽസ്

ഏഴ്

ബ്രമൻ,
മാർച്ച് 12, 1839

പ്രിയപ്പെട്ട മേരീ,

(ഹെർമാനുള്ള എന്റെ കത്തിന്റെ തുടർച്ച) *സ്റ്റാദ്ബോതെ* പത്രത്തിൽ നിറയെ സർവ്വാബദ്ധങ്ങളാണ്. അതിനെ വാനോളം പ്രശംസിച്ച്, അപഹസിച്ചുകൊണ്ട് ഓഫീസിലിരുന്ന് കവിതകളെഴുതിക്കൊണ്ടിരിക്കയാണ് ഞാൻ. ശരിക്കും യുക്തിരഹിതമായ വിഡ്ഢിത്തം. ഹിൽഡെബ്രാൻഡ് എന്ന് ഒപ്പിട്ട് ഞാനത് പത്രത്തിനയച്ചുകൊടുക്കും. ആളെക്കുറിച്ച് യാതൊരു വിവരവുമില്ലാതെ അവരത് പ്രസിദ്ധീകരിക്കും. അത്തരമൊരു കവിത ഇതാ എന്റെ ഡസ്ക്കിലിരുപ്പുണ്ട്. ഞാനത് പത്രത്തിനയക്കാൻ തുടങ്ങുകയാണ്. അത് ഇപ്രകാരമാണ്. 'പുസ്തകജ്ഞാനം'

വായനയിൽനിന്നും ഉപയോഗശൂന്യമായ പാണ്ഡിത്യമല്ലാതെ
മറ്റൊന്നും സ്വീകരിക്കാത്തവൻ ബുദ്ധിമാനല്ല.
അവനെത്ര പഠിച്ചാലും ജീവിതത്തിന്റെ നിഗൂഢ നിയമങ്ങൾ,
അവനു മനസ്സിലാകാത്ത അടഞ്ഞ പുസ്തകമായിരിക്കും.
ജീവശാസ്ത്രത്തിൽ സമ്പൂർണ്ണ പുസ്തകജ്ഞാനം ആർജ്ജിക്കുന്നവൻ,
വളരുന്ന പുല്ലിന്റെ ശബ്ദം കേൾക്കുന്നില്ല.
തനിക്കറിയാവുന്ന സിദ്ധാന്തങ്ങളൊക്കെ
നിങ്ങളോടു പറയുന്നവർ, ശരിയായതൊന്നും നിങ്ങളെ പഠിപ്പിക്കുന്നില്ല,
ഓ അതെങ്ങനെയല്ല, മനുഷ്യന്റെ സ്വന്തം ഹൃദയത്തിലാണ്
ആദിത്ത്വം ഒളിഞ്ഞിരിക്കുന്നത്.
ജീവനകലതേടുന്നവൻ അകത്തേക്കു നോക്കണം.

അർദ്ധരാത്രിയിൽ വിളക്കെരിച്ചതുകൊണ്ട്
വികാരത്തിന്റെ അച്ചടക്ക രഹസ്യം ലഭിക്കുകയില്ല.
സ്വന്തം ഹൃദയത്തിന്റെ ശബ്ദം കേട്ടിട്ട്
മനഃപൂർവ്വം മനസ്സിലാക്കാൻ ശ്രമിക്കാതെ നിരാകരിക്കുന്നവൻ പരാജയപ്പെടും.
ഉൽകൃഷ്ടവും ബുദ്ധിപൂർവ്വകവുമായ നിങ്ങളുടെ
എല്ലാ വാക്കുകളേക്കാളും ഏറ്റവും ആഴമുള്ളത്
മനുഷ്യനെ സംബന്ധിച്ച അറിവിനാണ്.

ഇങ്ങനെയാണ് കവിതയുടെ പോക്ക്, എല്ലാം കളിയാക്കീൽ എന്തയക്കണമെന്ന് തീർച്ചയില്ലാതെയിരിക്കുമ്പോൾ ഞാൻ പത്രമെടുക്കും. അതിൽനിന്നും കുറെ ചുരണ്ടിയെടുക്കും. കഴിഞ്ഞ ദിവസം ഞാൻ കാൾ ല്യൂപോൾഡിനെ മുന്നിലിരുത്തി പത്രത്തിനുള്ള ഒരു നിർലജ്ജമായ കത്ത് പറഞ്ഞുകൊടുത്തു. അവരത് സ്വീകരിച്ച് ഗംഭീരമായ, അസംബന്ധ പ്രതികരണത്തോടെ അച്ചടിച്ചു. എനിക്കിപ്പോൾ പുറത്തേക്ക് പോകണം. അതുകൊണ്ട് തല്ക്കാലം നിറുത്തട്ടെ!

സ്നേഹമുള്ള നിന്റെ സഹോദരൻ
ഫ്രെഡറിക്

എട്ട്

ബ്രമൻ,
ഏപ്രിൽ 10, 1839

പ്രിയപ്പെട്ട മേരീ,

ഇത്രനാളും എഴുതാതിരുന്നതിന് എനിക്ക് മാപ്പ് നല്കുക. ഇപ്പോൾ ഞാൻ നിന്നോട് നല്ല വാർത്ത പറയാം. ദുഃഖവെള്ളിയാഴ്ച ദിവസം പ്രാദേശിക മേയർ ഡോ. ഗ്രേയ്നിങ് അന്തരിച്ചു. ഒരാഴ്ച മുൻപ് പുതിയൊരാളെ തിരഞ്ഞെടുത്തു. റൈറ്റ് ഓണറബിൾ സെനറ്റർ ഡോ.ജെഡിനോൾട്ടീനിയസ് കഴിഞ്ഞ വെള്ളിയാഴ്ച നിയമിതനായി. അദ്ദേഹത്തിന്റെ സ്ഥാനാരോഹണത്തിന് വലിയൊരു ജാഥയുണ്ടായിരുന്നു. ആദ്യം എട്ട് ഭൃത്യന്മാർ. അവരിൽ രണ്ടുപേർ എല്ലാ മേയർമാരുടെയും പരിചാരകരാണ്. വെളുത്ത, മുട്ടുവരെയുള്ള പാന്റ്സും തിളങ്ങുന്ന ചുവപ്പുനിറത്തിലുള്ള ഫ്രോക്ക് കോട്ടുമായിരുന്നു വേഷം. വശങ്ങളിൽ വാൾ തൂക്കിയിട്ടിരുന്നു. തലയിൽ പ്രത്യേകതരത്തിലുള്ള തൊപ്പിയും. അവർക്കു പിന്നാലെ ബ്രമനിലെ രാജാവിനെപ്പോലെ നല്ലവനായ, ബുദ്ധിമാനായ ഡോ. സ്മിട്ടിനൊപ്പം, മേയർ മുന്നിലേക്കു വന്നു; അതിനു പിറകെ, സെനറ്റ് സമ്മേളനങ്ങളിൽ തെർമോമീറ്ററുമായിപ്പോകുന്ന ശ്രീമാൻ ഡോ.ഡൂണ്ട്സ് കവിൾവരെ കമ്പിളി മൂടിപ്പുതച്ചു കടന്നുവന്നു. അതിനുപിന്നിൽ സെനറ്റർമാർ, പുരോഹിതർ, പൗരജനങ്ങൾ എന്നിവർ. അറുനൂറിനും എണ്ണൂറിനും ഒരുപക്ഷേ, അതിലും കൂടുതൽ വരുന്ന ജനം ഒരു വീട്ടിലേക്കു അല്ലെങ്കിൽ പല വീട്ടിലേക്കോ പോയി തീറ്റ തുടങ്ങി. എല്ലാവർക്കും മാക്റൂണും ചുരുട്ടും വീഞ്ഞും നല്കി. ആവോളം തിന്നു. ചിലർ കീശയിൽ നിറയെക്കൊണ്ടുപോയി. ചെറുപ്പക്കാർ വാതിലിനു മുന്നിൽക്കൂടി ബഹളം വച്ചു. ആരെങ്കിലും പുറത്തുവരുമ്പോൾ അവർ 'തിന്നേ, തിന്നേ' എന്നു വിളിച്ചുകൂവി. ആൾഡർമാൻ ഹേസ് വന്നപ്പോഴും അവർ ഇങ്ങനെ

വിളിച്ചുകൂവി. അദ്ദേഹം ഗൗരവത്തിൽ തിരിഞ്ഞുനിന്നിട്ട് താൻ ആൾഡർമാൻ ഹേസാണെന്ന് പറഞ്ഞു. അപ്പോഴവർ "ആൾഡർമാൻ തിന്നേ ആൾഡർമാൻ തിന്നേ" എന്നു വിളിച്ചുകൂവി. ബ്രമൻ രാജ്യത്തിലെ ആ തെളിഞ്ഞു നടത്തക്കാരൻ തന്റെ തടി രക്ഷിക്കാൻ എങ്ങനെ തെളിഞ്ഞു നടന്നുവെന്ന് നിനക്ക് ഊഹിക്കാൻ കഴിയും. കഴിഞ്ഞ ശനിയാഴ്ച ഡോ.നോൾട്ടീനിയസിന്റെ സ്ഥാനത്തേക്ക് പുതിയൊരാളെ തിരഞ്ഞെടുത്തു. ഡോ.മോഹ്ർ. അദ്ദേഹത്തിന്റെ സത്യപ്രതിജ്ഞ തിങ്കളാഴ്ചയായിരുന്നു. ഇത്തരം അവസരങ്ങളിൽ പുതിയ സെനറ്ററന്മാരിലൊരാൾ മേശയ്ക്ക് കീഴിലിരുന്ന് കുടിക്കുന്ന ഒരു ആചാരമുണ്ട്. ഒരു തരകനായ ശ്രീമാൻ. എച്ച് എ ഹെയ്നേക്കൻ എല്ലാവരെയും തൃപ്തിപ്പെടുത്തിക്കൊണ്ട് ആ ബുദ്ധിമുട്ടുള്ള പണി ചെയ്തു. ഒരു മഹാകവി പറയുന്നു.

വിഷാദത്തോടുകൂടി ജീവിതത്തിലെ കഷ്ടപ്പാടുകൾ[1]
ആസ്വദിക്കുന്നത് നന്മയും ധാരണയുമാണ്.

മേരി : "നിനക്കെങ്ങനെ ഇത്തരം അസംബന്ധം എഴുതാൻ കഴിയും? ഇതിൽ പ്രാസവുമില്ല, യുക്തിയും ഇല്ല."

ഫ്രഡറിക് : "എനിക്കത് ഒഴിവാക്കാൻ കഴിയില്ല" [2]എങ്ങനെയെങ്കിലും എനിക്കൊരു പേജ് തികയ്ക്കണം. ആഹാ! ഇപ്പോഴാണ് ഞാനൊരു കാര്യം ഓർമ്മിച്ചത്. കഴിഞ്ഞ ഞായറാഴ്ച നെവിയാൻഡും റോത്തുമൊത്ത് ഞാൻ സവാരിക്കു പോയി. നെവിയാൻഡ് അന്ന്[3]യുടെ വലിപ്പത്തിലുള്ള ഒരു ഇംഗ്ലീഷുകാരനെ കൊണ്ടുവന്നു. ഞങ്ങൾ പട്ടണം കടക്കുന്നതിനുമുമ്പ് ഇംഗ്ലീഷുകാരൻ ചാട്ടയെടുത്ത് കുതിരയ്ക്കടിച്ചു. അത് മുൻകാലും പിൻകാലും ഒന്നിച്ചുപൊക്കിച്ചാടി. അയാൾ ശാന്തനായി ഇരുന്നു. കുതിര നാലുപാടും ചാടി, എന്നിട്ടും അയാൾ താഴെ വീണില്ല. എന്നിട്ടയാൾ താഴെയിറങ്ങി ചാട്ടയെടുക്കാൻവേണ്ടി. എന്തൊരു വലിയ മണ്ടത്തരം. കുതിര അതിന്റെ വഴിക്ക് ! അയാൾ കുതിരയ്ക്കു പിന്നാലെ പാഞ്ഞു. നെവിയാൻഡ് കുതിരപ്പുറത്തു നിന്നുമിറങ്ങി അയാൾക്കു പിന്നാലെ പോയി. എന്നാൽ ഫലമൊന്നുമുണ്ടായില്ല. ജോണും കുതിരയും എങ്ങോട്ടോ പോയി. ഞങ്ങൾ ഹോണിലേക്ക് തിരിച്ചു. അവിടെ അല്പ സമയം തങ്ങി. തിരിച്ചു പോരാൻ തുടങ്ങിയപ്പോഴേക്കും മിസ്റ്റർ ജോൺ അതിവേഗത്തിൽ കുതിരയോടിച്ചു വരുന്നു. കുതിര വഴിയിലെവിടെയോ നിന്നു. അയാൾ കുതിരപ്പുറത്തു കയറി, തിരിച്ചു ലായത്തിൽ ചെന്ന് പുതിയൊരു ചാട്ടയെടുത്തു. ഞങ്ങൾ വീണ്ടും യാത്ര തുടർന്നു. എനിക്കും നെവിയാൻഡിനും ഏറക്കുറെ കാട്ടുകുതിരകളായിരുന്നു. കുറേനേരം കുതിരകളെ നടത്തിയപ്പോൾ ഭ്രാന്തമായ വേഗത്തിൽ ജോൺ കുതിരയോടിച്ച് എന്നെ കടന്നുപോയി. എന്റെ കുതിരയ്ക്ക് ഒരു ഭ്രമം തോന്നി. അതിവേഗത്തിൽ ഓടാൻ തുടങ്ങി. എനിക്ക് സംഗതി മനസ്സിലായി. ശാന്തനായി അതിനെ ഓടാൻ അനുവദിച്ചു. കൂടെക്കൂടെ അതിന്റെ വേഗത കുറയ്ക്കാൻ ശ്രമിച്ചു. ഞാൻ അതിന്റെ ഭ്രാന്തമായ വേഗത കുറ

ച്ചപ്പോൾ ജോൺ വീണ്ടും മുമ്പത്തേക്കാൾ അപകടകരമായ വേഗത്തിൽ എന്നെക്കടന്നുപോയി. പോകുന്ന പോക്കിൽ തൊപ്പിയെടുത്തു വീശി ക്കൊണ്ട് അയാൾ വിളിച്ചുകൂവി "എന്റെ കുതിര നിങ്ങളുടേതിനെക്കാൾ നന്നായി ഓടുന്നു!" ഒടുവിൽ അയാളുടെ കുതിര ഒരു വണ്ടിക്കു മുന്നിൽ നിന്നു. എന്റെ നോർമയും അവിടെ നിന്നു. അവരങ്ങനെ അതിവേഗത്തിൽ പായുന്നത് അവരുടെ സഞ്ചാരികൾക്ക് ഇഷ്ടമാണെന്ന കാര്യം ഈ മണ്ടൻ കുതിരകൾക്കറിയുമോ. ഞാനല്പം പോലും ഭയപ്പെട്ടില്ല, നന്നായി കുതിരയെ നിയന്ത്രിക്കുകയും ചെയ്തു.

വിട, നിന്റെ ഫ്രെഡറിക്

അടിക്കുറിപ്പ്

1. ഹാൻസ് അഡോൾഫ് പോൺ തിമൽ
2. ഒറിജിനൽ ഇംഗ്ലീഷിലാണ് എഴുതിയിട്ടുള്ളത്
3. അന്ന എംഗൽസ്

ഒൻപത്

ബ്രമൻ
ഏപ്രിൽ 28, 1839

പ്രിയപ്പെട്ട മേരീ,

നീനക്കും വളരെ കുറച്ചു മാത്രമേ, ഞാനിന്ന് എഴുതുകയുള്ളൂ. അതുകൊണ്ട് എനിക്ക് എന്റെ ഹാസ്യരചന[1] പൂർത്തിയാക്കാം. ഞാനത് നിനക്കയച്ചു തരുന്നുണ്ട്. ആ മാന്യന്മാർ ആറ് പെട്ടി മാക്റൂൺസ് തിന്നു എന്നതു നേരാണ്. നിനക്ക് വിശ്വസിക്കുകയോ വിശ്വസിക്കാതിരിക്കുകയോ ചെയ്യാം. ഏതാണ്ട് അറുനൂറുപേരുണ്ടായിരുന്നു, അവിടെ.

നിന്നെ ചൊറിയണമാട്ടിയത് എനിക്ക് ബോധിച്ചു. അങ്ങനെതന്നെ വേണം. നിന്റെ വിരലുകൾ എപ്പോഴും ചൊറിഞ്ഞുകൊണ്ടിരിക്കും. കാരണം നിനക്ക് ആവശ്യമില്ലാത്തതെന്തെങ്കിലും ചെയ്യണം. ഇനി നിനക്ക് ചൊറിഞ്ഞു കൊണ്ടിരിക്കാം. നീ പണ്ടേയൊരു ചൊറിച്ചിൽ യന്ത്രമാണ്. എല്ലായ്പ്പോഴും അങ്ങനെ ആയിരിക്കും. നിന്റെ കത്തിൽ സ്ഥലം വെറുതെ ഇടരുത്. ഞാനതിൽ വികടചിത്രം വരയ്ക്കും. അതുകൊണ്ട് ഇനി അങ്ങനെ ചെയ്യരുത്.

വിട, നിന്റെ ഫ്രെഡറിക്

(ചുരുക്കെഴുത്ത് എന്ന പേരിൽ കുറെ ചിഹ്നങ്ങൾ വരച്ചിട്ടുണ്ട് അത് ഒഴിവാക്കുന്നു - പരിഭാഷകൻ)

അടിക്കുറിപ്പ്

1. ഹാസ്യരചന പ്രത്യേകം പേപ്പറിലാണ് എഴുതിയിട്ടുള്ളത്.

മേരിക്കുവേണ്ടി ഒരു ഏകാങ്കനാടകം
വേഷംകെട്ടൽ

രംഗം - ഒന്ന്

(സ്വീകരണമുറി. അമ്മ മേശയ്ക്കരികിലിരുന്ന് എമിലിനെയും ഹെഡ്വിഗ്ഗിനെയും സഹായിക്കുന്നു. മേരി സ്റ്റൗവ്വിനരികിലിരുന്നു വായിക്കുന്നു; റുഡോൾഫ് എല്ലാവരെയും ശല്യപ്പെടുത്തിക്കൊണ്ട് ഓടിക്കളിക്കുന്നു.)

അമ്മ : മേരീ വായന നിറുത്ത്. നിനക്ക് വായിക്കാൻ പറ്റിയ പുസ്തകമല്ല അത്. കിട്ടുന്നതെന്തും വായിക്കുന്നത് നിനക്ക് നല്ലതിനല്ല;

മേരി : ഓ അമ്മേ ഈ ഒരു കഥാപാത്രം? അത് കഴിഞ്ഞ് പുസ്തകം തിരിച്ചു വാങ്ങിക്കോളൂ.

എമിൻ : അമ്മ കിവാത്രോസ് എന്ന വാക്കിന്റെ അർത്ഥമെന്താണ്?

അമ്മ : ഓ, ക്വാത്തോർസ് എന്നാണ്. അർത്ഥം 14 എന്നാണ്. നീയിതു വളരെ നേരത്തെ പഠിച്ചതാണല്ലോ! എല്ലായ്പ്പോഴും ഇങ്ങനെ പഠിച്ചതെല്ലാം വീണ്ടും വീണ്ടും മറക്കരുത്. ഹെഡ്വിഗ്ഗ്! അടങ്ങിയിരിക്ക്. ഇവൻ മേരിയുടെ അടുത്തേക്കോടും, റുഡോൾഫുമായി വഴക്കിട്ട്. ഹെഡ്വിഗ്ഗ് നിന്റെ ജോലി ചെയ്യുന്നുണ്ടോ? ഇന്ന് നിങ്ങളെല്ലാം കുരുത്തക്കേടാണ് ഒപ്പിക്കുന്നത്.

(അന്നയും ലാറാകാംപർമാനും പ്രവേശിക്കുന്നു)

അന്ന : അമ്മേ. ഞങ്ങളെ ഏല്പിച്ച പണി ചെയ്തു കഴിഞ്ഞു. മുകളിൽ പോയി വസ്ത്രം മാറട്ടെ. അതാണിപ്പോൾ ഞങ്ങൾ ചെയ്യാൻ പോകുന്നത്.

അമ്മ : ശരി, ശരി. പക്ഷേ, ഒരു കാര്യം അധികം ബഹളം വയ്ക്കരുത്.

ഹെഡ്വിഗ്ഗ് : അമ്മേ ഈ കണക്ക് എനിക്ക് ശരിയാകുന്നില്ല.

അമ്മ : ശ്ശോ, അല്പം കൂടി ചിന്തിക്ക്. നമ്മളൊരിക്കൽ ഇത് ചെയ്തിട്ടുണ്ട് ഇങ്ങനെ ബുദ്ധികെട്ടവനാകാതെ!

ഹെഡ്വിഗ്ഗ് : (കരയാൻ ഭാവിച്ചു കൊണ്ട്) ഞാനത്രെ ശ്രമിച്ചിട്ടും ശരിയാകുന്നില്ല.

അന്ന : അമ്മേ അമ്മയ്ക്കും വേഷം മാറണൊ?

അമ്മ : എന്താടി പെണ്ണേ. പൊയ്ക്കോ അവിടുന്ന്. എന്നെ സ്വസ്ഥമായി വിട്. എപ്പോഴും അമ്മേ അത് അമ്മേ ഇത് സഹിക്കാൻ മേല.

അന്ന : പറയൂ അമ്മേ വേഷം മാറണോ?
അമ്മ : അതേ, അതേ, പൊയ്ക്കോ നിന്റെ പാട്ടിന്.

(സന്തോഷത്തോടെ ബഹളംവച്ച് അന്നയും ലാറയും പുറത്തേക്ക്)

മേരി : ഇതാ അമ്മേ പുസ്തകം. കഥ വായിച്ചു തീർന്നു. എനിക്കും വേഷംമാറണം. ഞാനെന്താണ് ധരിക്കേണ്ട തെന്നു പറയൂ.
അമ്മ : ഞാനിപ്പോൾ അന്നയോടു മിണ്ടാതിരിക്കാൻ പറഞ്ഞതേ യുള്ളൂ. ഇനിയും നീയും തുടങ്ങുന്നോ?
റുഡോൾഫ് : (താഴെ വീണ് നിലവിളിച്ചുകൊണ്ട്)
അമ്മോ അയ്യോ അമ്മോ.
അമ്മ : എന്താ കാര്യം എന്തുപറ്റി (അവന്റെ അടുത്തേക്ക് ചെല്ലുന്നു)
എമിൽ : അമ്മേ, ഈ വാചകത്തിന്റെ അർത്ഥമെന്താണ്.
ഹെഡ്‌വിഗ്ഗ് : ഇതാ അമ്മേ ഇവിടെ രസകരമായൊരു ചിത്രം.
അമ്മ : നീയൊന്നു മിണ്ടാതിരിക്കുന്നുണ്ടോ? എല്ലാവരും ഒരേ സമയത്ത് ചോദിച്ചു കൊണ്ടേയിരിക്കുന്നു. എനിക്കിതു സഹിക്കാൻ മേല!
എമിൽ : അമ്മേ, പറയൂ അമ്മേ. എന്നെ സഹായിക്കില്ലേ? അമ്മേ അമ്മേ എനിക്ക് കക്കൂസിൽ പോകണം.
അമ്മ : എന്നാൽ പൊയ്ക്കോ
മേരീ : അമ്മേ അമ്മയ്ക്ക് വേഷം മാറണ്ടേ?
അമ്മ : അസംബന്ധം! റുഡോൾഫ്, ഇപ്പോഴും വേദനിക്കു ന്നുണ്ടോ?
ഹെഡ്‌വിഗ്ഗ് : അതേ അമ്മേ, അവന്റെ തലയിൽ വലിയൊരു ചതവു ണ്ട്. അമ്മേ ഈ ചിത്രം എന്താണ്?
മേരി : അമ്മേ നിങ്ങൾ വേഷം മാറണം.

(അന്ന കടന്നു വരുന്ന)

അന്ന : അമ്മേ ലാറ കക്കൂസിലാണ്. എമിൽ പുറത്തുനിന്നു കത കിനിടിക്കുകയും ബഹളം വയ്ക്കുകയുമാണ്.
അമ്മ : നീയും പരാതി പറയാൻ തുടങ്ങി. എനിക്കിപ്പോൾ അതു കേൾക്കാൻ സമയമില്ല.

(ലൂയിസ് കടന്നുവരുന്നു)

ലൂയിസ് : വെൽഡൻ ജിമാർക്കി[1]ലേക്കു പോകുന്നു. മാഡം. അദ്ദേ ഹത്തോട് എന്തെങ്കിലും പറഞ്ഞേല്പിക്കാനുണ്ടോ?

അമ്മ : ഞാനൊന്നാലോചിക്കേട്ടെ. നിങ്ങളെല്ലാം മിണ്ടാതിരിക്കൂ. റുഡോൾഫിന്റെ മോങ്ങൽ നിറുത്തു.

മേരി : അന്നാ അമ്മ പറഞ്ഞില്ലേ അമ്മയ്ക്കും വേഷം മാറണമെന്ന്?

അന്ന : അതേ അമ്മേ. നിങ്ങളങ്ങനെ പറഞ്ഞു.

അമ്മേ : നിങ്ങളൊന്നു മിണ്ടാതിരിക്കുന്നുണ്ടോ.

എല്ലാവരും പുറത്തേക്കിറങ്ങൂ.

എമിൽ : (കരഞ്ഞുകൊണ്ടു കയറി വരുന്നു.) അയ്യോ, അമ്മേ ലാറ എന്നെ കക്കൂസിൽ കയറ്റിയില്ല. അതുകൊണ്ട്, ഞാൻ .... ഞാൻ ട്രൗസറിൽ...

എല്ലാവരും : അതുകൊണ്ടവൻ ട്രൗസറിൽ സാധിച്ചു!

അമ്മ : എനിക്കതുതന്നെ വേണം. ഒരുനിമിഷം സമാധാനം തരുമോ? എല്ലാവരും ഒരുപോലെ വിളിച്ചുകൂവുന്നു (ഒരു ചാട്ടയെടുക്കുന്നു) എമിൽ ഒന്ന്, രണ്ട്, മൂന്ന് അന്ന, മേരി എല്ലാവരും പറഞ്ഞുപോ. വെൽഡലിനോടു പറയൂ ഇവിടെ വരാൻ.

(മുഖംമൂടി ധരിച്ച ഒരാണും പെണ്ണും വരുന്നു)

അമ്മ : എന്താണിത് ഇതാ ഇവിടെ മറ്റെന്തോ നടക്കുന്നു.

(ആൺവേഷം ധരിച്ചയാൾ അമ്മയുടെ കൈയിൽനിന്നും ചാട്ടമെല്ലെ പിടിച്ചുവാങ്ങുന്നു. എല്ലാവരും സന്തോഷം കൊണ്ട് തുള്ളിച്ചാടുന്നു. സ്ത്രീ അമ്മയുടെ അടുത്തുനിന്ന് അവരുടെ മൂക്കിന്മേൽ ഒരു മൂക്കു കണ്ണടവയ്ക്കുന്നു.

അമ്മ : ശ്ശെ! എന്തസംബന്ധമാണ് കാണിക്കുന്നത്. ഇത് കണ്ട് ചിരിക്കാതിരിക്കാൻ കഴിയില്ല. (വെൽഡൻ കടന്നു വരുന്നു) വെൽഡൻ ഇതാ ഒരു കത്ത് പോസ്റ്റ് ചെയ്യാൻ. ഇത് ക്ലീനർസിനുള്ളതാണ്. ഇതാ ഈ പണം തയ്യൽക്കാരൻ ഹൂഹ്നർബിനുള്ളതാണ്. ഇത്രേയുള്ളു. (വെൽഡൻ പുറത്തേക്കു പോകുന്നു. മൂക്കു കണ്ണടയുമായി അമ്മ ഇരിക്കുന്നു) എമിൽ നീ പോയി മേലു കഴുകി വാ.

(മുഖംമൂടി ധരിച്ചവർ എമിലിനെ പിടിക്കുന്നു. എമിൽ അതുവരെ വായും തുറന്ന് അവിടെ നില്ക്കുകയായിരുന്നു. ബഹളംവച്ച് അവനെ പുറത്തേക്കു പായിക്കുന്നു.

ഹെഡ്‌വിഗ്ഗ് : അമ്മേ ഞാൻ ഉദ്ദേശിച്ചതിലും രണ്ട് കണക്ക് അധികം ചെയ്തു. ഹുറേയ്!

മേരീ : അമ്മേ ഇതൊന്നു ശ്രദ്ധിക്കൂ. ഇപ്പോൾ അമ്മയും വേഷം മാറുന്നില്ലേ?

അമ്മ : അസംബന്ധം പറയാതിരിക്ക്.

മേരി : എന്നാൽ അമ്മയിതൊന്നു കേൾക്കൂ. എനിക്ക് അമ്മയോടൊരു കാര്യം പറയാനുണ്ട്.

(അമ്മയുടെ കാതിൽ എന്തോ പറയുന്നു)

അമ്മ : ഇല്ല, നടക്കില്ല; അത് അസാദ്ധ്യമാണ്.

മേരി : ഇല്ല, അത് അസാദ്ധ്യമല്ലേ (എല്ലാവരും പുറത്തേക്ക്)

(രണ്ടു മണിക്കൂർ കഴിഞ്ഞ് ഹെഡ്‌വിഗ്ഗ് റുഡോൾഫിന്റെ വസ്ത്രവും റുഡോൾഫ് ഹെഡ്‌വിഗ്ഗിന്റെ വേഷവും ധരിക്കുന്നു. രണ്ടുപേരും മുഖം മൂടിയും ധരിക്കുന്നു. അത് അവർ പരസ്പരം അഴിച്ചുകൊടുക്കുന്നു. ഒന്നൊന്നായി മറ്റുള്ളവർ പിന്നാലെ പോകുന്നു. എല്ലാവരും വിചിത്രമായി വേഷം കെട്ടിയിട്ടുണ്ട്.)

ഹെർമാൻ : ഓ, അഗസ്ത് എനിക്കാണ് ഏറ്റവും നീളം കൂടിയ മൂക്ക്. നോക്കൂ ചെക്കാ ഒരിക്കൽ ഫ്രിറ്റ്സിനുണ്ടായിരുന്നതു പോലെയുള്ള താടിപോലും എനിക്കുണ്ട്.

അഗസ്ത് : എനിക്ക് നല്ല പച്ച കവിളും നരച്ച താടിയുമുണ്ട്. എന്റെ മൂക്ക്. നോക്കൂ നന്നേ ചുവന്നിട്ടാണ്.

മേരി : നോക്കൂ ലാറ. ഞാനൊരു സുന്ദരനല്ലേ? തൊപ്പിക്കു കീഴെ നീ വളരെ ചെറുതായി, നിന്നെക്കാൾ വലുതാണ് ഞാൻ. എന്റെ കടലാസു തൊപ്പിയും വളരെ വലുതാണ്.

(അമ്മ പഴയൊരു ഡ്രസിങ് ഗൗൺ ധരിച്ചു വരുന്നു. അതിന്റെ മേൽ അച്ഛന്റെ കമ്പിളി ഗൗണും ധരിച്ചിട്ടുണ്ട്. തലയിൽ ഒരു കൂമ്പൻ തൊപ്പിയും മൂക്കിന്മേൽ കണ്ണടയും ഉണ്ട്).

എല്ലാവരും : (ഉച്ചത്തിൽ) അമ്മേ, അമ്മേ

ഹെർമാൻ : അഗസ്ത് അത് നമ്മുടെ അമ്മയല്ല.

അമ്മ : നിങ്ങളൊന്നു മിണ്ടാതിരിക്കൂ. എല്ലാവരും മേശയ്ക്കു ചുറ്റുമിരിക്കൂ. അദ്ദേഹം വരുന്നതു വരെ.

(ഒരുനിമിഷത്തെ നിശ്ശബ്ദത. അച്ഛൻ വരുന്നു. അത്ഭുതപ്പെട്ടു. നാലു

പാടും നോക്കുന്നു. ഒടുവിൽ എല്ലാവരുടെയും മുഖംമൂടി എടുത്തു മാറ്റുന്നു. സന്തോഷംകൊണ്ട് കുട്ടികൾ ബഹളം വയ്ക്കുന്നു. ഒടുവിൽ വമ്പനൊരു സദ്യ)

എനിക്കിനിയും എഴുതാമായിരുന്നു. പക്ഷേ, സമയം അനുവദിക്കുന്നില്ല. അരമണിക്കൂറിനകം തപാൽ പോകും. അതുകൊണ്ട് ഞാൻ അവസാനിപ്പിക്കുന്നു.

നിന്റെ സഹോദരൻ
ഫ്രെഡറിക്

അടിക്കുറിപ്പ്

1 ബാർമനിലെ ഒരു ജില്ല

പത്ത്

ബ്രമൻ
ഏപ്രിൽ 23, 1839

പ്രിയപ്പെട്ട മേരീ,

ഞാനിപ്പോൾ എല്ലാ ഞായറാഴ്ചകളിലും ആർ റോണിന്റെയൊപ്പം ഗ്രാമത്തിൽ സവാരിക്കു പോകുന്നുണ്ട്. കഴിഞ്ഞ തിങ്കളാഴ്ച വെഗെസാക്കിലും ബ്ജമെന്താലിലും പോയി. പ്രശസ്തമായ ബ്രാമർ ഷ്വീയിസ് കാണാൻ ശ്രമിച്ചപ്പോൾ മേഘം പോലെ വലിയൊരു മൂടൽ മഞ്ഞ് വന്നു. അഞ്ച് മിനിട്ടിനകം ഏറക്കുറെ ഇരുട്ടായി. അതുകൊണ്ട് വാഴ്ത്തപ്പെട്ട ആ സ്ഥലത്തിന്റെ ഭംഗി ആസ്വദിക്കാൻ കഴിഞ്ഞില്ല. (ചെറിയ മണൽക്കൂനകളുള്ള നീണ്ട് ഇടുങ്ങിയ സ്ഥലമാണത്.) എന്നാൽ തിങ്കളാഴ്ച കുറച്ചു സമയം ഇവിടം മനോഹരമായിരിക്കും. എല്ലാവരും പട്ടണത്തിൽ പോകും. ബ്രമനിലപ്പോൾ സമ്പൂർണ്ണ ശാന്തതയായിരിക്കും. എന്നാൽ പട്ടണ കവാടത്തിൽ തിരക്കോടു തിരക്കായിരിക്കും. കുതിര വണ്ടികൾ, കുതിര സവാരിക്കാർ കാൽനടയാത്രക്കാർ തുടങ്ങി ജാഥയ്ക്ക് പിന്നാലെ ജാഥ പോവുക ആയിരിക്കും. പിന്നെ പൊടിയുടെ കാര്യം അതിഭയങ്കരം. അര വാര ഉയരത്തിൽ പൊടിയാണത്. അത് വായുവിൽ ഉയർന്നുകൊണ്ടിരിക്കും. ജാൻ ക്രൂസ് ബക്കർ എന്നൊരു ദല്ലാള് ഈയിടെ വന്നിട്ടുണ്ട്. നിനക്കുവേണ്ടി ഞാനയാളെ വരയ്ക്കാം. (ചിത്രം ഉപേക്ഷിക്കുന്നു–പരിഭാഷകൻ) ചിത്രത്തിൽ കാണുമ്പോലെ തന്നെയാണ് അയാൾ. റോക്കറ്റ് പോലെയാണ് അയാളുടെ കണ്ണുകൾ. മുഖത്ത് പാതി വിഷാദവും ചിരിയുമാണ്.

വിട, നിന്റെ സഹോദരൻ
ഫ്രെഡറിക്

പതിനൊന്ന്

ബ്രമൻ,
സെപ്തംബർ 28, 1839

പ്രിയപ്പെട്ട മേരീ,

'ഭവതി' എനിക്കെഴുതിയിട്ട് ഒരുപാടുനാളായി, കുറേ നാളുകളായി കത്തൊന്നും കാണാനില്ല. എന്നാലും നിന്റെ കുറ്റത്തിന് മാപ്പ് തന്ന് ഞാനൊരു കാര്യം പറയാം. ഞങ്ങൾ ഡെൽമൻ ഹോസ്റ്റിലേക്ക് സവാരി നടത്തിയിട്ട് നാളെ രണ്ടാഴ്ചയാകും. ഓൾഡൻബർഗിലെ ചെറിയൊരു പട്ടണമാണിത്. ഇവിടെയൊരു വന്യമൃഗസങ്കേതമുണ്ട്. ഓൾഡൻ ബർഗിലെയും ബ്രമനിലെയും ജനങ്ങൾ ഇവിടം സന്ദർശിക്കാറുണ്ട്. കാഴ്ചയൊക്കെ കണ്ട് ഞങ്ങൾ തിരിച്ചുവന്നു. നിനക്കെന്തു തോന്നുന്നു? പക്ഷേ, കുറേ സാഹസങ്ങളുമുണ്ടായി. അങ്ങോട്ടുള്ള യാത്രയിൽ പകുതി ദൂരം കുതിരവണ്ടിയിലിരുന്നു. അവിടെയെത്തി എന്റെ കുതിരപ്പുറത്ത് കയറാമെന്നു വിചാരിച്ചപ്പോൾ കുതിരക്കാരൻ വന്നിട്ടില്ല. പിന്നെയും വണ്ടിയിലിരുന്നു. ചീഞ്ഞ ബിയർ കുടിച്ചു. ചീഞ്ഞ ചുരുട്ട് വലിച്ചു. ഒടുവിൽ കുതിരക്കാർ എത്തിയപ്പോഴേക്കും രാത്രി എട്ടുമണി. കുറ്റാക്കുറ്റിരുട്ടും. കുതിരയെ കണ്ടെത്തി യാത്ര തുടർന്നു. കവാടത്തിൽ ടോൾ നല്കി അകത്ത് പ്രവേശിച്ചു. ഒരു മൂല തിരിഞ്ഞ് നേരെ സവാരി തുടർന്നപ്പോൾ എട്ടു പേർ നിരന്നുനിന്നുള്ള ചെണ്ടകൊട്ട്. ഞങ്ങളുടെ കുതിരകൾ അങ്ങോട്ടുമിങ്ങോട്ടും ചാടി. ചെണ്ട കൊട്ടിന്റെ ശബ്ദം കൂടിക്കൂടി വന്നു. ബ്രമൻ തെരുവിലെ അറബികൾ ബഹളം വച്ചു. ഈ ബഹളത്തിൽ ഞങ്ങൾ പരസ്പരം വേർപെട്ടു. ആദ്യം പരസ്പരം കണ്ടത് ഞാനും റോത്തുമാണ്. ഞങ്ങൾ പട്ടണത്തിന്റെ അങ്ങേത്തലയ്ക്കലെത്തി. വീണ്ടും ടോൾ കൊടുക്കേണ്ടി വന്നു. കാരണം കുതിരകളെ വാടകയ്ക്ക് നല്കി വരുമാ

നമുണ്ടാക്കുന്ന ഫിലിസ്റ്റിൻകാർ കവാടത്തിനപ്പുറമാണ് താമസിക്കുന്നത്. ഇവിടെവച്ച് കുതിരകളുമായി പല ഭാഗത്തും പോയ മറ്റുള്ളവരെ കണ്ടെത്തി. വീണ്ടും തിരിച്ചു വീട്ടിലേക്ക്. അപ്പോഴും ടോൾ കൊടുക്കേണ്ടി വന്നു. മൂന്നു തവണ ടോൾ കൊടുക്കുക! ഇതൊരു രസമുള്ള കഥയല്ലേ? നിനക്കത് നിഷേധിക്കാൻ കഴിയില്ല. പ്രത്യേകിച്ചും വീടെത്താൻ താമസിക്കുമെന്നതിനാൽ ഞാൻ ക്ലബ്ബിൽനിന്നും മാട്ടിറച്ചിയും മുട്ടയും കഴിച്ച കഥ കേൾക്കുമ്പോൾ. അവിടെവച്ച് വളരെ രസകരമായൊരു ചർച്ച കേട്ടു. പട്ടിക്കുട്ടികളെക്കുറിച്ചും മടിയൻ പൂച്ചകളെക്കുറിച്ചും തീർച്ചയായും വളരെ രസകരമായത്. ഇപ്പോൾ ഞാൻ ക്ലബ്ബിലാണ്. ബ്രമൻ വികസനത്തിനുവേണ്ടിയുള്ള ഇൻസ്റ്റിറ്റ്യൂട്ട് അല്ലെങ്കിൽ കോൺകോർഡിയയ്ക്ക് സമാനമാണിത്. ഏറ്റവും നല്ല കാര്യമെന്തെന്നാൽ ഇവിടുത്തെ പത്രങ്ങളാണ്. ഡച്ച്, അമേരിക്കൻ, ഇംഗ്ലീഷ്, ഫ്രഞ്ച്, ജർമ്മൻ, തുർക്കി എന്നീ ഭാഷകളിലെ പത്രങ്ങൾ. ഇതുകാരണം എനിക്ക് തുർക്കിയും ജാപ്പനീസും പഠിക്കാൻ കഴിഞ്ഞു. എനിക്കിപ്പോൾ 25 ഭാഷകളറിയാം. മാൻഹേമിലെ ഒരു ബോർഡിങ് സ്കൂളിലേക്കു പോകാൻ തയ്യാറെടുക്കുന്ന ഒരു യുവതിക്ക് തീർച്ചയായും ഇതൊക്കെ താല്പര്യമുള്ള വിഷയങ്ങളായിരിക്കും. ജേക്കബ് ക്ഷിമിറ്റ് ഇവിടെ എന്നോടൊപ്പമായിരുന്നു. അടുത്ത ആഴ്ച വീണ്ടും വരും. എന്നിട്ട് എന്നോടൊപ്പം വീണ്ടും ഗുദാമിലേക്കു പോകും. തീർച്ചയായും ബ്രമനിലെ ഏറ്റവും നല്ല സ്ഥാപനമാണത്. ഞങ്ങൾക്ക് അവിടെ ഒരു നാടകശാലയും ഉണ്ട്. എന്നാൽ, ഞാനിതേവരെ അവിടെ പോയിട്ടില്ല.

പ്രിയപ്പെട്ടവളേ വിട,
എന്നേക്കും നിന്റെ ഫ്രെഡറിക്

പന്ത്രണ്ട്

ബ്രമൻ

....

പ്രിയപ്പെട്ട മേരീ,

സംഗതികൾ നിനക്ക് വളരെ വേഗം മോശമായിത്തീരും; മാൻഹേമിലെത്തിയാലുടൻ നീ എനിക്കെഴുതുമെന്നു വിചാരിച്ചു. ഞാൻ മൂന്നാഴ്ച കാത്തിരുന്നു, എന്നിട്ടും കത്തൊന്നുമില്ല. കാര്യങ്ങളുടെ പോക്ക് ഇങ്ങനെയാണെങ്കിൽ ഫ്രാലീൻജംഗിന് നേരിട്ടെഴുതാൻ തീരുമാനിക്കേണ്ടി വരും. അപ്പോൾ നിനക്ക് നിന്റെ സഹോദര സ്നേഹം ഏറക്കുറെ തെളിയിക്കേണ്ടി വരും.

ഇവിടുത്തേതിനേക്കാൾ നല്ല കാലാവസ്ഥയാണ് നിനക്കവിടെയെന്ന് പ്രതീക്ഷിക്കുന്നു. സെപ്തംബറിലും നവംബറിലുമെന്നപോലെ ഇവിടെ കാറ്റും മഴയുമല്ലാതെ വേറൊന്നുമില്ല. ചില്ലുഗ്ലാസിൽ വീണ ഈച്ചയെപ്പോലെ കപ്പലുകൾ പോകുന്നതു കാണാം. നോർഡേണി യാത്രാക്കപ്പലിന് അവിടെയെത്താൻപോലും കഴിയുന്നില്ല. മിനിഞ്ഞാന്ന് ഞാൻ ബ്രമർഹാവൻ തുറമുഖപട്ടണത്തിൽ പോയിരുന്നു. അവിടെയും രാവിലെ മുഴുവൻ മഴയായിരുന്നു. കുടിയേറ്റക്കാരെ അമേരിക്കയിലേക്കു കൊണ്ടുപോകുന്ന കപ്പലിലായിരുന്നു ഞാൻ. യാത്രക്കാരെല്ലാം ചുക്കാൻ പിടിക്കുന്ന സ്ഥലത്ത് ഒന്നിച്ച് കൂടി, കിടക്കും. കപ്പലിനോളം നീളവും വീതിയുമുള്ള സ്ഥലമാണത്. കിടക്കയ്ക്ക് ബർത്ത് എന്നാണ് പറയുന്നത്. ഒന്നോട് ചേർന്ന് മറ്റൊന്നായി ആറു കിടക്കകൾ. അതിനു മുകളിൽ വീണ്ടും ആറെണ്ണം. ആണും പെണ്ണും കുഞ്ഞുകുട്ടികളുമായി, എന്തൊരു തിരക്കുപിടിച്ച സ്ഥലമായിരിക്കും അത്. കടൽച്ചൊരുക്കിന്റെ ആദ്യദിനങ്ങൾ നിനക്ക് ഊഹിക്കാമല്ലോ! അന്തരീക്ഷം ശ്വാസം മുട്ടിക്കുന്നതാണ്. നന്നായി സംവിധാനം ചെയ്ത മുറിയുള്ള യാത്രക്കാർക്ക് സുഖമാണ്.

പക്ഷേ, കൊടുങ്കാറ്റടിക്കുമ്പോൾ തിരമാലകൾ മൂടും, അപ്പോൾ ക്യാബിനിലുള്ളവരുടെ കാര്യം കഷ്ടത്തിലാവും; എന്തെന്നാൽ, ക്യാബിനിലേക്ക് വെളിച്ചം കടക്കാനുള്ള ചില്ലു ജാലകം ഉടയും. അതിലൂടെ വെള്ളം അകത്തു കയറും. മുറി നിറയെ വെള്ളമാകും. കിടക്ക ഉയരത്തിലായതിനാൽ നനയില്ല. ഉച്ചയ്ക്ക് ഞങ്ങൾ പുറപ്പെടാൻ നേരം, നിന്നെപ്പോലെ 'മേരി' എന്നു പേരുള്ള ഒരു ക്യൂബൻ കപ്പൽ വന്നു. അത് തുറമുഖത്തിനടുത്ത് നങ്കൂരമിട്ടു. വേലിയിറക്കമായതിനാൽ അതിനു തുറമുഖത്ത് കയറാനാവാഞ്ഞതിനാലാണ് തുറമുഖത്തിനു വെളിയിൽ നങ്കുരമിട്ടത്. ഞങ്ങളുടെ യാത്രക്കപ്പലിൽ, ഞങ്ങൾ അതിന്റെ വളരെയടുത്തു ചെന്ന് അതിന്റെ കപ്പിത്താനെ ഞങ്ങളുടെ കപ്പലിൽ കയറ്റി. പക്ഷേ, അപ്പോഴേക്കും അവിടെയും തിരമാലകൾ വരാൻ തുടങ്ങി. കപ്പൽ അല്പം ചെരിഞ്ഞു. അപ്പോഴേക്കും സ്ത്രീകളുടെ മുഖം വിളറി. അപ്പോൾ തന്നെ മുങ്ങിമരിക്കുമെന്ന് ഭയപ്പെടുന്നതായി തോന്നി. ഞങ്ങളുടെ കപ്പലിൽ തയ്യൽക്കാരന്റെ മക്കളായ രണ്ടു സുന്ദരികളുണ്ടായിരുന്നു. ഞങ്ങൾ അവരുടെ മുന്നിൽ വലിയ ധൈര്യം കാട്ടി കപ്പലിന്റെ ഇളക്കവും ചെരിയലും ബ്രേക്ക് തന്ന സ്ഥലം വരെ മാത്രമേ കാണൂ എന്നും, അതിന് ഒന്നരമണിക്കൂർ മതിയാകുമെന്നും ധീരമായി തട്ടി വിട്ടു. നിർഭാഗ്യമെന്നു പറയട്ടെ ബ്രമർഹാവെൻ കഴിഞ്ഞപ്പോൾ അത് നിലച്ചു. മൂന്ന് തൊപ്പികൾ വെള്ളത്തിലേക്ക് പറന്നു. മിക്കവാറും അവ അമേരിക്കയിലെത്തിയിട്ടുണ്ടാവും. കൂടാതെ കാലിയായ വീഞ്ഞുകുപ്പികളും ബിയർ കുപ്പികളും കടലിലെറിഞ്ഞു. ഇതു കൂടാതെ എടുത്തു പറയത്തക്ക യാതൊന്നും ഞാൻ കണ്ടില്ല. വീസറിൽനിന്നും അമേരിക്കയ്ക്ക് യാത്ര തിരിച്ച ഒരു മടിയൻ പൂച്ചയെ ഞാൻ കണ്ടു. ഞാനതിനോടു സംസാരിച്ചു. എന്നാൽ മറുപടി പറയാനുള്ള മര്യാദ അത് കാട്ടിയില്ല.

ബ്രമർഹാവൻ തുറമുഖത്തിന്റെ ഒരു ചിത്രമിതാ. തെരക്കിട്ടു വരച്ചതാണ് (ചിത്രം ഒഴിവാക്കുന്നു- പരിഭാഷകൻ) ഇടതുവശത്ത് കാണുന്നതാണ് തുറമുഖത്തെ സംരക്ഷിക്കുന്നതിനുള്ള കോട്ട. ഇഷ്ടിക കൊണ്ട് നിർമ്മിച്ച ഈ മതിലിനു മുകളിലൂടെ കൊടുങ്കാറ്റ് കടന്നു വരും. അടുത്തത് കപ്പലിനെ തുറമുഖത്ത് കയറ്റുന്ന കവാടമാണ്. ഇത് വൂപ്പറിനേക്കാൾ അല്പം കൂടി വിശാലമായ ഇടുങ്ങിയ കനാലാണ്. അതിനു പിന്നിൽ കാണുന്നതാണ് 'ഗീസ്റ്റ്'. പിന്നിൽ തലയുർത്തി നില്ക്കുന്നത് പള്ളിയാണ്. പണി ഇനിയും പൂർത്തിയായിട്ടില്ല. വലതു വശത്ത് അകലെക്കാണുന്നത് ഗീസ്റ്റെൻഡോർഫ് ആണ്.

കുറെ ആഴ്ചകൾക്കുമുമ്പ് ഞാനൊരാളെ പരിചയപ്പെട്ടു. അദ്ദേഹത്തിന്റെ അച്ഛൻ അമേരിക്കയിൽ ജനിച്ച ഒരു ഫ്രെഞ്ചുകാരനാണ്. അമ്മ ജർമ്മൻകാരിയും, അയാൾ ജനിച്ചതു കടലിൽ വച്ചാണ്. അയാളുടെ ഭാഷ സ്പാനിഷാണ്. ജീവിക്കുന്നത് മെക്സിക്കോയിൽ. അപ്പോൾ ഏതാണ് അയാളുടെ പിതൃഭൂമി?

ഇപ്പോൾ ഞങ്ങൾക്ക് ഓഫീസിൽ ബിയർ നിറയെ സ്റ്റോക്കുണ്ട്.

മേശയ്ക്ക് കീഴിൽ, സ്റ്റൗവിനു പിന്നിൽ, അലമാരയ്ക്കു കീഴെ, എല്ലായിടവും ബിയർ കുപ്പികളാണ്. ഹെയ്ന്റിച്ച് ല്യൂപ്പോൾഡിന് ഭാഗിക്കുമ്പോൾ ഒരെണ്ണം കടം വാങ്ങും. പിന്നീട് ഞങ്ങൾ നിറച്ചു വയ്ക്കും. ഇപ്പോൾ ബിയർകുടി പരസ്യമായിട്ടാണ്. പകൽ മുഴുവൻ ബിയർ ഗ്ലാസുകൾ മേശപ്പുറത്തുണ്ടാകും, അടുത്ത് കുപ്പിയും. വലത്തേ മൂലയ്ക്ക് ഒഴിഞ്ഞ കുപ്പികളാണ്, ഇടത്തേ മൂലയ്ക്ക് മുഴുക്കുപ്പികളും, അതിനടുത്ത് എന്റെ ചുരുട്ടുകളും. ഡോ.ഹാന്റ്ഷ്ക് പറയുന്നതുപോലെ ചെറുപ്പക്കാർ ദിനംപ്രതി വഷളാവുകയാണ്. ഇരുപതോ മുപ്പതോ വർഷം മുമ്പ് ഓഫീസിലിരുന്നു ബിയറടിക്കുന്ന ഭയങ്കരകാര്യം ആർക്കെങ്കിലും ചിന്തിക്കാൻ കഴിയുമായിരുന്നോ?

നിനക്ക് വളരെ സൗകര്യപ്രദമായി, നമ്മുടെ കത്തിടപാടിന്റെ, നിന്റേതും എന്റേതുമുൾപ്പെടെ, തപാൽ കൂലി ഞാൻ നല്കട്ടെ? നിനക്കപ്പോൾ സ്റ്റാമ്പൊട്ടിക്കാതെ കത്തയയ്ക്കാമല്ലോ? ഈ കത്തു വരുന്നതിനു മുമ്പ് നീ കത്തയച്ചിട്ടുണ്ടെങ്കിൽ, ഈ കത്തിന് ദീർഘമായൊരു മറുപടി, അർത്ഥമുള്ള ഒരെണ്ണം നീ അയക്കുന്നതുവരെ ഞാൻ നിനക്ക് വീണ്ടും എഴുതുന്നതല്ല.

വിട, യഥാർത്ഥ സ്നേഹത്തോടെ,
നിന്റെ സഹോദരൻ ഫ്രെഡറിക്

പതിമൂന്ന്

ബ്രമൻ
ജൂലൈ 7, 1840

പ്രിയപ്പെട്ട മേരീ,

ഭാഗ്യമെന്നു പറയട്ടെ എന്റെ കത്ത് പോസ്റ്റ് ചെയ്യപ്പെടാതെ ഇവിടെത്തന്നെ കിടന്നു. അങ്ങനെ നിന്റെ കത്തിനു മറുപടിയെഴുതാനുള്ള അവസരം കിട്ടി. നിന്റെ കത്ത് ഇപ്പോൾ കിട്ടിയതേയുള്ളു. "അവൾക്കു കഴിയുന്നിടത്തോളം എനിക്കും കഴിയുമെന്ന് തോന്നുന്നു! ഞാൻ നന്നായി പരിശീലിച്ചാൽ എനിക്കും അതുവരെയെത്താൻ കഴിയും?" നിനക്കോ? ഇരുപതുപേജുള്ള ഒരു സൊണാറ്റയോ? നീയൊരു മടിച്ചിയാണ്. സ്കോൺസ്റ്റീന് തീർച്ചയായും സന്തോഷമാവും. ക്രിസ്തുമസിന് എനിക്ക് എന്ത് ആശംസയാണ് നല്കുന്നത്? എന്റെ ചുരുട്ട് കൂട് നഷ്ടപ്പെട്ടു. അത് പെട്ടെന്നു കണ്ടെത്താൻ കഴിയുന്നില്ലെങ്കിൽ എനിക്കുവേണ്ടി പുതിയൊരെണ്ണം നീ ഉണ്ടാക്കിത്തരുമോ? 'ആദ'യുടെ ആശംസകൾക്ക് അവളോടു എന്റെ ആശംസയും നന്ദിയും അറിയിക്കുക. സൗമ്യനെന്ന് എന്നെ ആദ്യം വിശേഷിപ്പിച്ചത് അവളാണെന്നു പറയൂ. ഞാനൊരു കസിനേയല്ല, അവളുടെ അങ്ങേയറ്റം മാന്യനായ ബന്ധുവാണ് - നീയിനി എഴുതുമ്പോൾ ട്രെവിറാനസിന്റെ മേൽവിലാസം എഴുതേണ്ട. അങ്ങനെ ചെയ്താൽ കത്തെനിക്കു കിട്ടാൻ വൈകും. എഫ് ഇ ബ്രമൻ, മാർട്ടിനി, നഃ 11 എന്നെഴുതിയാൽ അത് എനിക്ക് ഓഫീസിൽ തന്നെ കൊണ്ടുവന്നു തരും. വിട!

നിന്റെ സഹോദരൻ ഫ്രെഡറിക്

പതിനാല്

ബ്രമൻ
ആഗസ്ത് 4, 1840

പ്രിയപ്പെട്ട മേരീ,

തുടക്കത്തിലേ ഒരു കാര്യം പറഞ്ഞേക്കാം, നിന്റെ പേനയിൽനിന്നും എനിക്കു പാഠങ്ങളൊന്നും വേണ്ട. എന്റെ പ്രിയപ്പെട്ട വാത്തക്കുഞ്ഞേ, നീ ബോർഡിങ്ങിലായതുകൊണ്ട് മിടുക്കിയാവാൻ ശ്രമിക്കേണ്ട. എനിക്ക് പാഠങ്ങൾ ആവശ്യമുണ്ടെങ്കിൽ, നല്ല നിർദ്ദേശങ്ങൾ ലഭിക്കുന്ന കുന്നുകണക്കിന് പുസ്തകങ്ങൾ പാസ്റ്റർ ട്രെവിറാനസിന്റെ പക്കലുണ്ട്. കുടിച്ചു തീരുംവരെ ഞങ്ങളുടെ ബിയർ വ്യാപാരം കൂട്ടിയതേയുള്ളൂ. ആദ്യം ഞങ്ങൾ തവിട്ടു നിറമുള്ള എയ്‌ലും പിന്നീട് ചാരനിറമുള്ള എയ്‌ലും കുടിക്കും. ഇങ്ങനിരിക്കും ബോർഡിങ് സ്കൂളിലെ അഹങ്കാരിപ്പെൺകുട്ടികൾ മാന്യന്മാരായ സഹോദരന്മാരുടെ കാര്യത്തിലിടപെട്ടാൽ.

അതുകൊണ്ട് ഞാനെന്റെ കത്തുകളിൽ ഇനി അധികം സൗമനസ്യം കാട്ടുന്നില്ല. ഇനി എഴുതുമ്പോൾ "നിന്റെ മിസ്റ്റർ എഫ്ഇബ്രമൻ" എന്നേ എഴുതുള്ളൂ. അത്രയും മതി. മേൽവിലാസത്തിൽനിന്നും വികാരിയെ ഒഴിവാക്കുക. ഈയടുത്ത് ജൂലൈ 27 മുതൽ 30 വരെ ഞങ്ങൾ പത്ത് വർഷം മുമ്പു നടന്ന പാരീസ് കലാപം ആഘോഷിച്ചു. ഠൗൺ ഹാളിലെ വീഞ്ഞു ഗുദാമിൽ ഞങ്ങൾ ഒരു സായാഹ്നം മുഴുവൻ ചെലവഴിച്ചു. മറ്റുള്ളവർ റിച്ചാർഡ് റോണിന്റെ മദ്യക്കടയിലും. റോത്ത് ഇതേവരെ മടങ്ങിവന്നിട്ടില്ല. അവിടെ ഞങ്ങൾ ഏറ്റവും നല്ല വീഞ്ഞ് (ലോബൻ ഹീമർ) കുടിച്ചു. ഞങ്ങൾ പുകച്ച ചുരുട്ട് നീ കണ്ടിരുന്നെങ്കിൽ, അതിനു വേണ്ടിയെങ്കിലും നീ ചുരുട്ടു വലിക്കാൻ പഠിച്ചേനെ. എന്റെ ചുരുട്ട്കൂടി ഇതേവരെ കണ്ടെത്തിയില്ല. എന്റെ ഒരു പരിചയക്കാരൻ ഹോളർ തിരിച്ചുവന്നിട്ടുണ്ട്. പെനിസിൽവേനിയ, ബാൾട്ടിമോർ, മിസ്സിസിപ്പി എന്നിവിടങ്ങളിൽ സന്ദർശനം

നടത്തിയിട്ടാണ് വന്നിരിക്കുന്നത്. ഇദ്ദേഹം സോലിജ്ഞൻ പ്രദേശത്തുകാരനാണ്. ലോകത്തെ ഏറ്റവും നിർഭാഗ്യവാന്മാർ അവരാണ്. എന്തുകൊണ്ടെന്നാൽ അവർക്ക് സോലിജ്ഞൻ ജർമ്മൻഭാഷ ഒഴിവാക്കാൻ കഴിയില്ല. ആ ചെക്കൻ ഇപ്പോഴും പറയുന്നത് സോലിജ്ഞൻ ജർമ്മനാണ്. കരോലിൻ എന്നതിന് അവർ എല്ലായ്പ്പോഴും കലിനാ എന്നേ പറയൂ.

സങ്കടകരമെന്നു പറയട്ടെ, എന്റെ കീശയിൽ ഒരു നാണയം പോലുമില്ല. കടം വളരെക്കൂടുതലും. സ്വന്തം കടങ്ങളും ചുരുട്ടുകടയിലേതും. നിനക്കുവേണ്ടി ഞാൻ പ്ലം വാങ്ങിയ ആൾ നിരന്തരമായി ശല്യം ചെയ്യുകയാണ്. പണം ഇതേവരെ കൊടുത്തിട്ടില്ല. ബുക്ക് ബൈൻഡറുടെ കാര്യവും അങ്ങനെ തന്നെ. മൂന്നുമാസത്തിനുശേഷം കൊടുക്കാമെന്നു പറഞ്ഞ് ചുരുട്ടുവാങ്ങിയ കടം പിന്നെയും നീണ്ടു. സ്ട്രൂക്കറാണെങ്കിൽ വായ്പയ്ക്കുള്ള ബിൻ ഓഫ് എക്സേഞ്ച് അയച്ചു തന്നതുമില്ല. പാസ്റ്ററാണെങ്കിൽ യാത്രയിലും, അതുകൊണ്ട് എനിക്ക് പണം തരാൻ കഴിയില്ല. എന്നാൽ നാളെ അദ്ദേഹം മടങ്ങിവരും. അപ്പോൾ ഞാൻ ആറ് ലൂയിസ് ഡോളർ എന്റെ പേഴ്സിൽ തിരുകും. കോഫി ഹൗസിൽ പോയി മൂന്നു ഗ്രോട്സ് വിലയുള്ള കേക്കു തിന്നിട്ട് കൗണ്ടറിയിൽ ഒരു സ്വർണ്ണ നാണയം വച്ചിട്ട് “ചില്ലറ തരാനുണ്ടോ” എന്നു ചോദിക്കും. അപ്പോഴവൻ പറയും ‘ക്ഷമിക്കണം ചില്ലറയില്ല സർ’ അപ്പോൾ ഞാൻ മൂന്ന് ഗ്രോട്ട്സിനായി എല്ലാ കീശയിലും തപ്പിയിട്ട്, അന്തസ്സായി പടിയിറങ്ങും. ഓഫീസിൽ മടങ്ങിയെത്തി ഇഞ്ചിത്തലയൻ ജൂനിയർ ഗുമസ്തൻ ഡർക്ഹേമിന്റെ ഡസ്ക്കിൽ ഒരു സ്വർണ്ണനാണയം തെറിപ്പിച്ചിട്ട്, ചില്ലറയുണ്ടോ എന്നു ചോദിക്കും. അവന് വലിയ സന്തോഷമാകും. കാരണം ചില്ലറയ്ക്കായി ഒരു മണിക്കൂർ നേരം ഓഫീസിനു പുറത്ത് കറങ്ങി നടക്കാമല്ലോ. ഇത്തരത്തിലുള്ള നിർദ്ദോഷ ആഹ്ലാദങ്ങൾ അവനിഷ്ടമാണ്. ചില്ലറയ്ക്കിവിടെ വലിയ ക്ഷാമമാണ്. കീശയിൽ അഞ്ച് ടാലർ ചില്ലറയുള്ളവർ അങ്ങേയറ്റം സംതൃപ്തനായിരിക്കും.

ഇവിടെ വില നിശ്ചയിക്കാൻ പറ്റാത്ത ഒരു തമാശ നടന്നു. കുശിനിക്കാരനുവേണ്ടി പത്രത്തിലൊരു പരസ്യമുണ്ടായിരുന്നു. തടിച്ചൊരു പെൺകുട്ടി പത്രാധിപരുടെ ഓഫീസിൽ വന്നു.

“നിങ്ങൾക്കൊരു പാചകക്കാരിയെ വേണമെന്ന് ഞാൻ പത്രത്തിൽ വായിച്ചു” - പെൺകുട്ടി.

“തീർച്ചയായും” - ഗുമസ്തൻ

“അവൾക്ക് എന്തൊക്കെ ചെയ്യാൻ കഴിയണം” - പെൺകുട്ടി.

“അവൾ പിയാനോ വായിക്കണം, നൃത്തം ചെയ്യണം. ഫ്രെഞ്ച് സംസാരിക്കണം, പാടണം, തയ്ക്കണം, തുന്നൽപ്പണി ചെയ്യണം. അവൾക്ക് ഇതൊക്കെ ചെയ്യാൻ കഴിയണം”. - ഗുമസ്തൻ.

“നശിച്ചു പോകട്ടെ, എനിക്കതു പറ്റില്ല” - പെൺകുട്ടി

“നിങ്ങളെന്താ എന്നെ പരിഹസിക്കയാണോ. ആളുകൾ എന്നെ കളിയാക്കാൻ ഞാൻ സമ്മതിക്കില്ല. മുടിഞ്ഞു പോകാൻ” പെൺകുട്ടി ഇത്രയും

പറഞ്ഞിട്ട് അവൾ ഗുമസ്തന്റെ അടുത്തേക്ക് ചെന്ന്, അയാൾക്ക് നല്ലൊരു പ്രഹരം കൊടുക്കാൻ. ഒരുവിധം അവളെ ഉന്തിത്തള്ളി പുറത്താക്കി. കഴിഞ്ഞദിവസം ഹെയ്ന്റിച്ച് ല്യൂപ്പോൾഡ് ഒരു ഡ്രൈവറെ മുറിക്കു പുറത്താക്കി. ഡ്രൈവർക്ക് പ്രഷ്യൻ സ്വർണ്ണനാണയം തന്നെ വേണം. 5 5/12 ടാലറിന് തുല്യമായ ലൂയിഡ്വാർ (ലൂയിസ് ഡോളർ) അയാൾക്കുവേണ്ട. അവനുമായി ഞങ്ങൾ വഴക്കിട്ടു. ല്യൂപ്പോൾഡ് വന്നപ്പോൾ ഡ്രൈവറെ നെഞ്ചിനു കുത്തിപ്പിടിച്ച് ഓടയിലെറിഞ്ഞു. ഡ്രൈവർ വേഗം എഴുന്നേറ്റ് വന്ന് പറഞ്ഞു. “ഞാൻ അങ്ങനെയല്ല ഉദ്ദേശിച്ചത്. ലൂയിസ് ഡോളർ വാങ്ങിക്കൊള്ളാം. ഇപ്പോൾ സംഗതി ശരിയായല്ലോ!”

ഇപ്പോൾ കത്തയയ്ക്കാൻ എന്റെ കൈയിൽ കവറില്ല. അതുകൊണ്ട് ഈ കോഫീഹൗസ് ബില്ലിൻ അയക്കുന്നു. നല്ലൊരു കോഫീ ഹൗസ് സഹോദരിയെന്ന നിലയ്ക്ക് നീ ഇതു തീർച്ചയായും സ്വാഗതം ചെയ്യും.

വിട!

എത്രയും പെട്ടെന്നു നിന്റെ സഹോദരന് എഴുതുക.

ഫ്രെഡറിക്

മേരി എംഗൽസിന്,
മാൻഹേമിലേക്ക്
ഫ്രെഡറിക് എംഗൽസ്
അയച്ച കത്തുകൾ

ഒന്ന്

ബ്രമൻ
ആഗസ്ത് 20, 1840

എന്റെ വളരെ പ്രിയപ്പെട്ട സോദരീ,

നിന്റെ കത്ത് ഇപ്പോൾ കിട്ടിയതേയുള്ളൂ. ഇപ്പോഴൊന്നും ചെയ്യാനില്ലാത്തതുകൊണ്ട് നിനക്കുവേണ്ടി കുറെ വരികൾ കുറിക്കാം. ഞങ്ങളുടെ ഓഫീസ് ഗണ്യമായി മെച്ചപ്പെട്ടിട്ടുണ്ട്. ആഹാരം കഴിഞ്ഞ് നല്ല ആലസ്യത്തിലിരിക്കുമ്പോൾ, നേരെ ഡസ്കിലേക്കു ചെല്ലുന്നത് വളരെ ബുദ്ധിമുട്ടായിരുന്നു. ഇതിനൊരു പരിഹാരമായി പായ്ക്കിങ് സ്ഥലത്തെ ഉയർത്തിക്കെട്ടിയ തറയിൽ നല്ല, രണ്ട് വലത്തൊട്ടിൽ ഉറപ്പിച്ചു. ഊണു കഴിഞ്ഞ് അതിലിരുന്ന് ആടിക്കൊണ്ട് ചുരുട്ട് വലിക്കാം. ചിലപ്പോഴൊക്കെ ഒന്നു മയങ്ങുകയും ചെയ്യാം. ഇത് നല്ല ക്രമീകരണമാണെന്ന് നിനക്കു തോന്നുമെന്ന് എനിക്കുറപ്പുണ്ട്. നാല് മാസത്തെ ഇടവേളയ്ക്കുശേഷം റോത്ത് ഇന്നു വരും. 1700 മാർക്ക്സ് 137 ശതമാനം പലിശയ്ക്ക് 776 ടാലർ 24 ഗ്രോട്ട്സ് ലൂയിസ് ഡോളർ വരുമെന്നറിയുക. ഞാനത് പരിശോധിച്ചു. തികച്ചും ശരിയാണ്. ഇതോടൊപ്പം ഒരു ചിത്രം അയയ്ക്കുന്നു. (ചിത്രം ഒഴിവാക്കുന്നു - പരിഭാഷകൻ) വീഞ്ഞിന്റെ ഗുണമറിയാവുന്ന വൃദ്ധനായ ഒരാൾക്ക് പുളിച്ച വീഞ്ഞ് കൊടുക്കുന്നു. തൊട്ടടുത്ത് നില്ക്കുന്നത് പുളിച്ച വീഞ്ഞ് കൊടുത്ത വ്യാപാരസഞ്ചാരിയാണ്. ഇവിടുത്തെ ചെറുപ്പക്കാരുടെ ഹെയർ സ്റ്റൈൽ ഞാൻ വരച്ചു കാണിക്കാം. കുഞ്ഞുകുട്ടികളെപ്പോലിരിക്കും (ചിത്രം ഒഴിവാക്കുന്നു- പരിഭാഷകൻ).

ഞാനിത് എഴുതിക്കഴിഞ്ഞ്, വീട്ടിൽപ്പോയി ഭക്ഷണം കഴിച്ചു. തിരിച്ചുവന്ന് ഒരു ചുരുട്ടുകൊളുത്തി വലത്തൊട്ടിലിൽ കിടന്നു. ഗുണം പിടിക്കാതെ പോകാൻ അത് പൊട്ടി ഞാൻ ദേ നിലത്തു കിടക്കുന്നു. പുതിയ

ആണിയടിച്ച് ഉറപ്പിക്കാമെന്നു വിചാരിച്ചപ്പോൾ ആ നാശം പിടിച്ച ഡർക്ഹേം വിളിച്ചു. ഇനി എനിക്ക് ഓഫീസിൽനിന്നും പുറത്തു കടക്കാനാവില്ല.

ദൈവത്തിനു നന്ദി, എന്റെ ഉച്ചയുറക്കം നഷ്ടപ്പെട്ടില്ല. ഞാൻ പതിയെ ഓഫീസിൽ നിന്നുമിറങ്ങി, ചുരുട്ടും തീപ്പെട്ടിയുമായി, ഒരു ബിയറിന് ഓർഡർ നല്കി; അതിനുശേഷം മുകളിലത്തെ പായ്ക്കിങ് ഏരിയായിൽ ചെന്ന് വലത്തൊട്ടിലിൽ കിടന്ന് പതിയെ ചാഞ്ചാടി. പിന്നീട് ഞാൻ മദ്ധ്യഭാഗത്തെ പായ്ക്കിങ് ഏരിയായിൽ ചെന്ന് രണ്ട് പെട്ടി "പ്ലാറ്റില്ലാസ്" പൊതിഞ്ഞെടുത്തു. അതേ സമയം ഒരു ചുരുട്ടും വലിച്ച് ഒരു കുപ്പി ബിയറും നുണഞ്ഞു. നന്നായി വിയർത്തു. ഇന്നിവിടെ നല്ല ചൂടാണ്. ഞാനിന്നു വീണ്ടും വെസർ പുഴയിൽ നീന്താൻ പോകും. കഴിഞ്ഞ ദിവസം ഞാനിവിടെ കുളിച്ചപ്പോൾ ഒരുത്തൻ എന്റെ പിന്നാലെ തുഴഞ്ഞു. ഒറ്റയടിക്ക് നാലുതവണ അക്കരയിക്കരയ്ക്ക് നീന്തി. ഇത് എളുപ്പം അനുകരിക്കാൻ ബ്രമനിൽ ആരും കാണില്ല.

രണ്ടു കാരണങ്ങൾ കൊണ്ട് ആകെ കുഴപ്പമായി. ഒന്ന് മഴ, മറ്റൊന്ന്, നല്ലവനായ ഞങ്ങളുടെ പ്രിൻസിപ്പൽ വിൽഹെം ല്യൂപോൾഡ് ഓഫീസിൽത്തന്നെ കുത്തിയിരിക്കും. അതുകൊണ്ട് ചുരുട്ട് വലി നടക്കില്ല. ഞാനെന്തായാലും അങ്ങേരെ ഓടിക്കും. എങ്ങനെയെന്നോ? അടുക്കളയിൽ ചെന്ന് ഒച്ചത്തിൽ "ക്രിസ്റ്റീൻ ഒരു കോർക്ക് സ്ക്രൂ" വേണമെന്ന് പറയും. എന്നിട്ട് ഒരു കുപ്പി പൊട്ടിച്ച് ബിയർ ഗ്ലാസിലൊഴിക്കും. ഇത്തിരിയെങ്കിലും മാന്യതയുണ്ടെങ്കിൽ അങ്ങേര് പുറത്തുപോകും. കാരണം അങ്ങേർക്ക് അതിന്റെ അർത്ഥമറിയാം. "ഓടടാ ഡോൺ ഗില്ലെർമോ!" എന്നാണത്.

ഇപ്പോൾ നീ നന്നായി ഇംഗ്ലീഷ് സംസാരിക്കുന്നുണ്ടല്ലോ? അല്പം കാത്തിരിക്ക്, ഞാൻ വീട്ടിൽ വരുമ്പോൾ ഡാനിഷ് അല്ലെങ്കിൽ സ്പാനിഷ് പഠിപ്പിക്കാം. അപ്പോൾ നിനക്ക് മറ്റുള്ളവർക്ക് മനസ്സിലാകാത്ത ഭാഷയിൽ എന്നോടു സംസാരിക്കാമല്ലോ! ഡാനിഷ് വശ്യമായ ഒരു ഭാഷയാണ്, സ്പാനിഷ് അതിമനോഹര ഭാഷയും. അതോ നിനക്കിഷ്ടം പോർച്ചുഗീസ് ഭാഷയാണോ? നീ അവിടം വരെ എത്തിയിട്ടില്ലാത്തതിനാൽ അതിൽ നിന്നും നിന്നെ ഞാനൊഴിവാക്കുന്നു.

ഇതാ, ഈ ചിത്രത്തിൽ, വലത്തൊട്ടിലിൽ കിടന്ന് ചുരുട്ടു വലിക്കുന്ന എന്നെ കാണാം.

അൻപത്പെട്ടി പഞ്ചസാര അതായത് 250,000 പൗണ്ട് പഞ്ചസാര വിറ്റതായി കേട്ടു. എത്രയോ കപ്പ് കോഫിക്ക് മധുരമിടാം. നിന്റെ കപ്പിലെ പഞ്ചസാര, ഞാൻ സാമ്പിളെടുത്ത പെട്ടിയിലേതല്ലേയെന്ന് ആർക്കറിയാം. എന്നാൽ റൈനിലെ പഞ്ചസാരയൊക്കെ വരുന്നത് ഹോളണ്ടിൽനിന്നാണ്. അവിടെ അതുണ്ടാക്കുന്നത് പഞ്ചസാരക്കട്ടയിൽ നിന്നാണ്.

അധികം താമസിയാതെ ഫാൽക്കൻബർഗിൽ വലിയ സൈനികാഭ്യാസമുണ്ടാകും. ഇവിടെ നിന്നും മൂന്നുമണിക്കൂർ നേരത്തെ യാത്രയുണ്ട്.

അവിടേക്ക് ബ്രമൻ, ഹാംബർഗ്, ല്യൂബക്ക്, ഓൾഡൻബർഗ് എന്നിവിടങ്ങളിൽനിന്നും സൈനികരെത്തും ഒരു റെജിമെന്റ് മൊത്തം. അവർ അവരുടെ കൗശലങ്ങൾ കാട്ടും. വളരെ പാവപ്പെട്ടവർ. അവരുടെ സ്ഥിതി പരമ കഷ്ടം. മൂന്നുദിവസം താടിവടിക്കാതിരുന്നാൽ എനിക്കുണ്ടാകുന്നത്രമേൽ മീശയെ അവർക്ക് മൂന്നും പേർക്കും കൂടി ഉണ്ടാവൂ; അവരുടെ കോട്ടിന്റെ ഓരോ ഇഴയും എണ്ണിയെടുക്കാം. അവർക്ക് വാളുകൾ ഇല്ല. അവർക്കുള്ള 'സ്പെക്കാൽ' ആണ്. സ്പെക്കാൽ എന്നാൽ പുകച്ച് ഉണക്കിയ ഈൽ മത്സ്യമാണ്. എന്നാൽ പട്ടാളക്കാരുടെ ഭാഷയിൽ ബയണറ്റ് സൂക്ഷിക്കാനുള്ള തോലുറയാണ്. വാളിനുപകരം അവർ കൊണ്ടുനടക്കുന്നത് ബയണറ്റാണ്. ഈ പാവങ്ങൾ റൈഫിളിന്റെയറ്റത്ത് ബയണറ്റ് ഘടിപ്പിച്ചു നടന്നാൽ ഭോഷന്മാർ പരസ്പരം കുത്താൻ സാദ്ധ്യതയുണ്ട്. അത് ബയണറ്റ് മുതുകിൽ തൂക്കിയിടാനുള്ള ബോധമുള്ളവർക്ക്. അവരുടെ സ്ഥിതി ദയനീയമാണ് അടിമകളും പാവത്താന്മാരും.

ഇനിയെന്തെഴുതണമെന്നെനിക്കറിയില്ല.
ദൈവത്തിനറിയാം, കാര്യങ്ങളുരുകിപ്പോയി
എങ്ങനെയെങ്കിലുമെനിക്കിതു നിറയ്ക്കണം
പറിച്ചെടുക്കാൻ പക്ഷേ, കൊടിൽ വേണമല്ലോ;
ഈരടിക്കവിതയായതുകൊണ്ട്, കുറച്ചാർക്കും പറയാം
കവിതയങ്ങനെ നീണ്ടു നീണ്ടു പൊയ്ക്കൊണ്ടിരിക്കും
പ്രാസമുള്ളൊരു ക്ഷുദ്രകവിത മതിയാക്കാമെങ്കിലും,
പെഗാസസ് പിന്നിലൂടെത്തിയെന്ന-
മണൽക്കാട്ടിലെറിയുമെന്നാരു പേടിയുണ്ട്
സൂര്യൻ പടിഞ്ഞാട്ടു ചായുന്നിരുൾ പരക്കുന്നു. ഭൂമിയിൽ
പടിഞ്ഞാറൻ മേഘമറയ്ക്കുള്ളിലിപ്പൊഴും തെളുതെളിച്ചം

അസ്തമയ സൂര്യന്റെ ജ്വാലയ്ക്കെന്തു ഭംഗി
പരിപാവനമായൊരു പുണ്യാഗ്നിയവിടെ,
ഒരു ദിനത്തിന്റെ സ്മാരകത്തിലെരിയുന്നു
അവ നമുക്കേറെ പ്രിയതരം തന്നതല്ലോ
ആ 'പകലൊടുങ്ങി, വിട്ടുനമ്മെ, രാത്രിവരവായി
നക്ഷത്രമേലങ്കി കൊണ്ടലസം മൂടുന്നവൾ
നാടുകളെല്ലാം കുരിങ്ങൾപ്പുതപ്പിൽ, എങ്ങും നിശ്ശബ്ദത,
പക്ഷികളഭയം തേടി കൂട്ടിലെത്തുന്നു.
ചെറുകാടുകളിലൊളിപ്പൂ ജന്തുക്കളെല്ലാം;
ചോരകുടിയനീച്ചയുടെ സാന്ധ്യ നൃത്തം നിലച്ചു;
രാത്രിക്കുവേണ്ടി വശ്യജീവിതവാതിൽ പൂട്ടി
ഭൂമിക്കലങ്കാരമായി, മൃഗങ്ങൾക്കു മേയാനായി
ഏഴുദിനത്തിലെ മൂന്നാംനാൾ മരങ്ങളും പാടങ്ങളും
സൃഷ്ടിച്ച ദൈവം, ആ ദിനം മടങ്ങുന്നു.

കാറ്റിന്റെ ചവുണ്ട വൃദ്ധസ്വരം മാത്രം കേൾപ്പൂ
വമ്പനൊരു ഗീതമായ് ഭൂമിയിൽ പതിക്കുന്ന
മഴയെ പൊഴിക്കുന്നത് സർവ്വേശ്വരേച്ഛ
മഴ, മേഘച്ചിറകിൽ കാറ്റിനെ പായിക്കുന്നവൻ
നിതാന്തമായി വീശുന്നവൻ നിത്യയൗവനയുക്തൻ
ഞാനോ കവിതയെൻ ശ്വാസകോശത്തിൽ നിന്നെടുപ്പൂ.

ഇവിടെ നിറുത്തുന്നു. നിനക്കിതു മനസ്സിലാകുന്നെങ്കിൽ നീ വിദ്യാസമ്പന്നയാണ്, ഒരു വാക്ക് കൂട്ടിച്ചേർക്കുകയും ചെയ്യാം.

വിട, നിന്റെ ഫ്രെഡറിക്

രണ്ട്

ബ്രമൻ.
സെപ്തംബർ 18, 1840

ഏറ്റവും വിലപിടിച്ചവളേ!

ഇപ്പോൾ ഭൂമദ്ധ്യരേഖാക്കൊടുങ്കാറ്റലറുകയാണ്, കഴിഞ്ഞ രാത്രിയിൽ ഞങ്ങളുടെ വീട്ടിലെ ഒരു ജാലകപ്പള്ളി പറന്നുപോയി, മരങ്ങൾ ദയനീയമായി ഞരങ്ങുന്നു. നാളെയും മറ്റന്നാളും കപ്പലപകടത്തിന്റെ വാർത്ത വരാം! ഹെയ്ന്റിച്ച് ല്യൂപോൾഡ്, ക്ഷീണിച്ച മുഖവുമായി ജനാലയ്ക്കൽ നില്പുണ്ട്. മിനിഞ്ഞാന്ന് 3000 ടാലർ വിലയ്ക്കുള്ള ലിനൻ ഇൻഷ്വർ ചെയ്യാതെ മൂപ്പർ കയറ്റിയയച്ചിട്ടുണ്ട്. 'ഇഡ' യ്ക്കുള്ള കത്തിനെപ്പറ്റി നീയൊന്നും പറയുന്നില്ല. അതോ ആ കത്ത് വയ്ക്കാൻ ഞാൻ മറന്നതാണോ? ഈസ്റ്റർവരെ ഞാനിവിടെയുണ്ടാകും. പല കാരണത്താലും എനിക്കത് നല്ലത്. ഇഡ ഇപ്പോൾ പോയിട്ടുണ്ടാവും. നിനക്കത് മുഷിച്ചിലാവുമല്ലോ.

ഇവിടെ ഞങ്ങൾക്കൊരു സൈനിക ക്യാമ്പ് ഉണ്ട്. ഓൾഡൻ ബർഗ്, ബ്രമൻ, ല്യൂബെക്ക്, ഹാംബർഗ് എന്നിവിടങ്ങളിൽനിന്നുള്ള കരുത്തരായ മൂവായിരം സൈനികർ. കഴിഞ്ഞ ദിവസം ഞാനിവിടെ പോയിരുന്നു. നല്ല തമാശയായിരുന്നു. സൈനിക ക്യാമ്പിനു തൊട്ടുമുന്നിൽ വലിയൊരു ലഘുഭക്ഷണശാല, ഒരു മദ്യക്കച്ചവടക്കാരൻ തുടങ്ങിയിരുന്നു. അതിനു മുന്നിൽ അടിച്ചു പൂസ്സായി, സ്വന്തം കാലിൽ നില്ക്കാനാവാത്ത ഒരു ഫ്രഞ്ചുകാരനുണ്ടായിരുന്നു. ലക്കുകെട്ട് ഇരുന്ന അയാളുടെ കഴുത്തിൽ വെയ്റ്റർ വലിയൊരു റീത്ത് ചാർത്തി. "പച്ച റീത്ത്, ഒഴുകുന്ന പന്ത്" എന്നിങ്ങനെ വിളിച്ചു പറഞ്ഞു. അതിനുശേഷം അയാളെ അവൻ മോർച്ചറിയിലേക്ക് വലിച്ചുകൊണ്ടു പോയി, അതായത് വൈക്കോൽ പുരയിലേക്ക്.

അവിടെ അയാൾ മലർന്നു കിടന്നുറങ്ങി. അയാൾക്ക് ബോധം വീണപ്പോൾ, ആരുടെയോ ഒരു കുതിരയെ കടം വാങ്ങി. അതിന്റെ മുകളിൽ കയറി, ക്യാമ്പിലെമ്പാടും സവാരി നടത്തി. കുതിരയോടുമ്പോഴൊക്കെ അയാൾ വീഴ്ചയുടെ വക്കിലായിരുന്നു. ഞങ്ങൾക്കവിടെ വേണ്ടുവോളം തമാശയും നല്ല വീഞ്ഞും കിട്ടി. കഴിഞ്ഞ ഞായറാഴ്ച ഞാൻ വെലോസായ്ക്കിലേക്ക് സവാരി നടത്തി. സവാരിക്കിടയിൽ നാലുതവണ മഴയിൽ കുതിർന്നു. എന്നാൽ എനിക്ക് വേണ്ടത്ര ഉൾച്ചൂട് ഉണ്ടായിരുന്നതുകൊണ്ട് പെട്ടെന്ന് ശരീരം തോർന്നു. പക്ഷേ, എന്റെ കുതിര അപകടം പിടിച്ച ഒന്നായിരുന്നു. അതിന്റെ പരുക്കൻ കുതിപ്പിൽ എല്ല് ഉരഞ്ഞ് മജ്ജയിൽ ചേർന്നു. ഈ സമയത്ത് മറ്റൊരു ആറ് ബോട്ടിൽ ബിയർ ഞങ്ങൾക്കായി കൊണ്ടുവരുന്നുണ്ടായിരുന്നു. ചുരുട്ടു കത്തിക്കുമ്പോഴേക്കും അത് എത്തണം. കുപ്പി ശൂന്യമാകുന്നതനുസരിച്ച് കത്തിക്കേണ്ട ചുരുട്ടിനെക്കുറിച്ചായിരുന്നു എന്റെ ചിന്ത. ഒരു കുപ്പി ഞാൻ ഏറക്കുറെ തീർത്തു. കൂടെ ചുരുട്ടും പുകച്ചു. ഞങ്ങളുടെ ഡോൺ ഗില്ലെർമൊ, (വിൽഹെം ല്യൂപോൾഡ്) ചെറുപ്പക്കാരനായ പ്രിൻസിപ്പൽ വീണ്ടും പുറത്തുപോകും. അപ്പോൾ ഞങ്ങൾക്കു വീണ്ടും തുടങ്ങാം.

സെപ്തംബർ 19, 1840. ഞങ്ങളെക്കാളും ബോറടിപ്പിക്കുന്ന ജീവിതമാണ് നിന്റേത്. ഇന്നലെ ഉച്ചയ്ക്കുശേഷം ജോലിയൊന്നുമില്ലായിരുന്നു. കെളവൻ പുറത്തെവിടെയോ ആയിരുന്നു. വിൽഹെം ല്യൂപോൾഡും വന്നില്ല. അതുകൊണ്ട് ഞാനൊരു ചുരുട്ടുകത്തിച്ച്, മുകളിൽ സൂചിപ്പിച്ച കത്ത് നിനക്കെഴുതി. അതിനുശേഷം ഡസ്കിൽ നിന്നും 'ലെമ്പാ'യുടെ 'ഫൗസ്റ്റ്' എടുത്ത് കുറച്ചുഭാഗം വായിച്ചു. പിന്നീട് ഒരു കുപ്പി ബിയർ കഴിച്ചു. ഏഴരയ്ക്ക് റോത്തിന്റെ അടുക്കൽ പോയി. ഞങ്ങളൊരുമിച്ച് വായിച്ചു. അതിനുശേഷം മാട്ടിറച്ചിസ്റ്റീക്കും വെള്ളരിക്കാസാലഡും കഴിച്ചു. പത്തരയോടെ ഞാൻ വീട്ടിലെത്തി. ഉറക്കം വരുന്നതുവരെ ഡീസിന്റെ *ഗ്രമാറ്റിക് ഡർറൊമാനിഷൻ സ്ട്രാചൻ* എന്ന പുസ്തകം വായിച്ചു. നാളെ ഞായറും അതിനുശേഷം ബുധനും ഇവിടെ നോയ്മ്പു ദിവസങ്ങളാണ്. അങ്ങനെ ഞങ്ങൾ പടിപടിയായി ശൈത്യത്തിലേക്കു പ്രവേശിക്കുന്നു. ഈ ശൈത്യകാലത്ത് എബർലിന്റെ അടുത്തുനിന്നും എനിക്ക് ഡാൻസ് പഠിക്കണം. അങ്ങനെ എന്റെ പരുക്കൻ കാലുകൾക്ക് ഇത്തിരി സുന്ദരമായ ചലനമുണ്ടാകണം.

ഒരു വശത്ത് വെസർ തുറമുഖമുള്ള ഭാഗത്ത്, ചരക്കുകൾ ഇറക്കുന്ന തെരുവിന് 'ഷ്ളേച്ചെ' എന്നാണ് പറയുന്നത്. അവിടുത്തെ ഒരു ചിത്രം വരച്ച് അയച്ചുതരുന്നു. ചാട്ടവാറുമായി നില്ക്കുന്ന ആളാണ് കുതിര വണ്ടിക്കാരൻ. തറയിൽക്കിടക്കുന്ന കാപ്പിചാക്കുകളുമായി യാത്രയ്ക്ക് തയ്യാറാവുകയാണ് അയാൾ. വലതുഭാഗത്ത് ചാക്കുമായി നില്ക്കുന്ന ആൾ അത് വണ്ടിയിൽ കയറ്റുകയാണ്. അയാളുടെ അടുത്തുനില്ക്കുന്ന ആൾ തടികൊണ്ട് വീപ്പ ഉണ്ടാക്കുന്ന ആളാണ്. അയാൾ കുറെയെണ്ണം സാമ്പിളിനായി കൈവശം വച്ചിട്ടുണ്ട്. അതിനടുത്തു നില്ക്കുന്ന ആൾ

കാപ്പി കൊണ്ടുവന്ന ബാർജിന്റെ കപ്പിത്താനാണ്. ഇത് വളരെ രസകരമാണെന്ന കാര്യം നിനക്ക് നിഷേധിക്കാൻ കഴിയില്ല. കുതിരവണ്ടിക്കാരൻ വണ്ടിയോടിക്കുമ്പോൾ, കുതിരപ്പുറത്ത് ഇരിപ്പിടമോ തുകൽ വാറോ ഇല്ലാതെ കുതിരപ്പുറത്ത് നേരിട്ടിരിക്കയാണ്. ഉപ്പൂറ്റികൊണ്ട് കുതിരയുടെ വാരിയെല്ലിൽ ചേർത്തുപിടിച്ചിട്ടുണ്ട്.

പതിവു തെറ്റിച്ച് വീണ്ടുമിപ്പോൾ ശനിയാഴ്ച സായാഹ്നത്തിൽ മഴ പെയ്യുന്നു. ശനിയാഴ്ച ഉച്ചയ്ക്ക് ശേഷം മാനം തെളിയേണ്ടതാണ്. എന്താണ് സൂപ്പർ ഫൈൻ മീഡിയം. നല്ല സാധാരണ ഡോമിംഗൊ കാപ്പി, എന്ന് നിനക്കറിയാമോ? നിന്റെ മാനസിക ശക്തിക്ക് മനസ്സിലാക്കാൻ കഴിയാത്ത, വാണിജ്യ തത്ത്വചിന്തയിലുണ്ടാകുന്ന ആഴത്തിലുള്ള സിദ്ധാന്തങ്ങളാണത്. ഹെയ്ത്തി ദ്വീപിൽനിന്നുള്ള പച്ച കലർന്ന ചാരനിറത്തിലുള്ള കാപ്പിപ്പൊടിയാണ് സൂപ്പർഫൈൻ മീഡിയം, ഡോമിംഗൊ കാപ്പി. ഇതിൽ പത്ത് നല്ല കാപ്പിക്കുരുവിനൊപ്പം നാല് ചീഞ്ഞ കാപ്പിക്കുരുവും ആറ് ചെറിയ കല്ലും ഒരൗൺസിന്റെ എട്ടിലൊന്നുഭാഗം അഴുക്കും പൊടിയുമായാണ് കിട്ടുന്നത്. ഇപ്പോൾ നിനക്ക് മനസ്സിലായിട്ടുണ്ടാവും. ഇപ്പോൾ ഇത്തരം ഒരു പൗണ്ട് കാപ്പിപ്പൊടിക്ക് 9 $^{1}/_{2}$ ഗ്രോട്ടസ് ആണ് വില. അതായത് നാല് വെള്ളി ഗ്രോഷനും 8 $^{123}/_{134}$ പെന്നിയും. ഞാൻ ഈ വ്യാപാര രഹസ്യങ്ങളെ വഞ്ചിക്കുകയാണ്. കാരണം ഇത്തരം കാര്യങ്ങൾ ആരും പുറത്ത് പറയരുത്. നിന്റെ കാര്യത്തിൽ ഞാനൊരു പ്രത്യേക പരിഗണന നല്കാം. ഇപ്പോൾ തൊഴിലാളികൾ പറഞ്ഞുകൊണ്ടിരിക്കുന്നത്: ശ്രീമാൻ ഡർക്ഹേം പിള്ളേരുമായി അധികം ഇടപഴകുമ്പോൾ, നിങ്ങൾക്കു കുറേക്കൂടി അഭിമാനം വേണം. അല്ലെങ്കിൽ അവർ നിങ്ങളുടെ തലയിൽ കയറിയിരുന്നു നിരങ്ങും. ആ ഹെയ്ൻറിച്ചുണ്ടല്ലോ, അവനൊരു ചീത്ത ചെക്കനാണ്. അവൻ കാരണം എനിക്ക് ഒത്തിരി ബുദ്ധിമുട്ടുണ്ടായി. അവനുമായി അധികം അടുപ്പം വേണ്ട. അവന്റെ ചെവിക്കു പിടിച്ച് തിരുമ്മണം. അല്ലാതെ വേറെ മാർഗ്ഗമില്ല. മൂപ്പിലാന്റെ അടുക്കൽ പരാതിയുമായി പോയിട്ടുകാര്യമില്ല. പുള്ളിക്കാരൻ ഒന്നും ചെയ്യില്ല. തുടക്കത്തിലുള്ള ജർമ്മൻ നിനക്കവിടെ പഠിക്കാം. ബാക്കി പഠനത്തിന് ഞാനുണ്ടല്ലോ!

ഫ്രെഡറിക്

മൂന്ന്

ബ്രമൻ
ഒക്ടോബർ 29, 1840

പ്രിയപ്പെട്ട മേരീ,

അടുത്ത തവണ ബ്രമൻ വഴി എഴുത്തയയ്ക്കേണ്ട. അമ്മ കത്തെഴുതുംവരെ നിന്റെ കത്തുകൾ അവിടെത്തന്നെ കിടക്കും. അതിനാണെങ്കിൽ കുറേസമയം വേണ്ടിവരികയും ചെയ്യും. എനിക്ക് നിന്നോടു പറയേണ്ടത് എന്താണെന്നുവച്ചാൽ ഇക്കാര്യം നീ വീട്ടിൽ പറയേണ്ട, അടുത്ത വസന്തത്തിൽ എനിക്കുതന്നെ അവരെ ആശ്ചര്യപ്പെടുത്തണം. എനിക്കിപ്പോൾ തന്നെ വമ്പൻ മേൽ മീശയുണ്ട്. അതിനോടൊപ്പം ഹെൻറി നാലാമന്റേതുപോലെയുള്ള ഒരു 'ആട്ടിൻതാടി' കൂടി കൂട്ടിച്ചേർക്കും. മുറ്റത്തു കൂടെ കറുത്തതാടിയുള്ളൊരാൾ, കുറെ നാളുകൾക്കുശേഷം കയറിവരുമ്പോൾ അമ്മ പെട്ടെന്ന് അമ്പരക്കും. അടുത്തവർഷം ഇറ്റലിയിൽ പോകുമ്പോൾ ഞാനും ഒരു ഇറ്റലിക്കാരനെപ്പോലെ തന്നെയാകണം.

ഇതെഴുതിയത് കൊച്ചു സോഫീ ല്യൂപോൾഡാണ്. ല്യൂപോൾഡും എബർലീനും ഒരു വലിയ സൽക്കാരത്തിൽ പങ്കെടുക്കാൻ പോയപ്പോൾ സോഫി ഇവിടെയായിരുന്നു. ഈ സൽക്കാരത്തെക്കുറിച്ച് രസകരമായ കാര്യങ്ങൾ പറയാൻ കഴിയും. രഹസ്യമായ ഇടപാടുകൾ, വാഗ്ദാനങ്ങൾ, മോഷ്ടിച്ചെടുക്കുന്ന ചുംബനങ്ങൾ എന്നിവയെപ്പറ്റി. എന്നാൽ ഇതൊന്നും ബോർഡിങ് സ്കൂളിലെ പെൺപിള്ളേരോടു പറയേണ്ടതല്ല. വീട്ടിലെത്തുമ്പോൾ അതൊക്കെ അറിയാം. അവിടെവച്ച് വലിയൊരു കോപ്പയിൽ ബിയറും കഴിക്കാൻ സാസേജ് സാൻവിച്ചുമായി തോട്ടത്തിലിരുന്ന്

സംസാരിക്കാം. നല്ലൊരു വേനൽക്കാല സായാഹ്നത്തിൽ, നീയെനിക്ക് ബിയർ കൊണ്ടുവരുമ്പോൾ, 1840 ഒക്ടോബർ 29 ന് ബ്രഹ്മമനിലെ റോയൽ സക്സൺ കോൺസുലേറ്റിൻ വച്ചുനടന്ന ആഘോഷത്തെ ക്കുറിച്ച് ഞാൻ നിന്നോടു പറയും. ഇപ്പോൾ പറയാനുള്ള തെന്തെന്നാൽ മദീരാ, പോർട്ട്, പൗവില്ലാക്ക്, ഹ്വാട്ട്, സ്വാച്ചേണസ് തുടങ്ങി വേണ്ടത്ര വീഞ്ഞുണ്ടാകും ഉച്ചയൂണിനു കുടിക്കാൻ. അഞ്ചു മാന്യന്മാർ മാത്രമേ ഉണ്ടാകുവെങ്കിലും അവരെല്ലാം എന്നെപ്പോലെ നല്ല കുടിയന്മാരാണ്. ഇവിടെയൊരു സ്വതന്ത്ര കമ്പോളമുണ്ട്. മഹാപ്രഭ്വിയായ മഹാറാണി യെയും സുന്ദരികളായ രാജകുമാരിമാരെയും പരിചയപ്പെടു ത്താനുള്ള ബഹുമതി എനിക്കില്ലെങ്കിലും ഞങ്ങൾക്ക് ഞങ്ങളുടേതായ തമാശയൊ ക്കെയുണ്ട്. എനിക്ക് ഹ്രസ്വദൃഷ്ടിയായതു കാരണം, എന്നെ കടന്നുപോ കുന്ന പ്രശസ്തർ, അതി പ്രശസ്തർ അങ്ങേയറ്റം പ്രശസ്തർ ആരൊക്കെ യാണെന്ന് ഭാഗ്യവശാൽ എനിക്കറിയാൻ കഴിയില്ല. അത്തരം മഹതികളെ അടുത്ത തവണ പരിചയപ്പെടുമ്പോൾ അവർ സുന്ദരി യാണോയെന്ന് എന്നോടു പറയണം. അല്ലെങ്കിൽ അത്തരം വ്യക്തികളിൽ എനിക്ക് താല്പര്യമുണ്ടാകില്ല. ഇവിടുത്തെ വീഞ്ഞ് ഗുദാം നന്നായി ക്രമീകരിച്ച താണ്, ഇനിയും മെച്ചപ്പെടുത്താൻ കഴിയില്ല. വീപ്പകൾക്കിടെ ഒരാൾക്ക് സ്വസ്ഥമായിരിക്കാം. കഴിഞ്ഞ ഞായറാഴ്ച ഇവിടയൊരു 'മീശ സായാഹ്ന'മുണ്ടായിരുന്നു. ഫിലിസ്റ്റീനികളെ ഭയപ്പെടുത്താൻ മേൽമീശ യാണ് പറ്റിയതെന്നും അതുകൊണ്ട് മീശവയ്ക്കാൻ കഴിയുന്ന ചെറുപ്പക്കാരൊക്കെ വരണമെന്നും ഞാനൊരു കുറിപ്പ് അയച്ചു. ഫിലിസ്റ്റിൻകാരെ എതിർക്കാൻ കഴിയുന്ന, മീശവയ്ക്കാൻ ധൈര്യമുള്ളവ രൊക്കെ വന്ന് ഒപ്പിടണം. ഞാൻ ഒരു ഡസൻ മീശക്കാരെ തെരഞ്ഞെ ടുത്തു. അങ്ങനെ ഒക്ടോബർ 25-ാം തീയതി, ഞങ്ങളുടെ മീശയ്ക്ക് ഒരു മാസം പ്രായമായപ്പോൾ ഒരു പൊതുമീശ ജൂബിലി നിശ്ചയിച്ചു. എനിക്ക് ഒരു നല്ല ബുദ്ധി തോന്നി. മീശയ്ക്ക് പുരട്ടുന്ന പശ കൊണ്ടുവന്നു. കുഴപ്പമെന്തെന്നാൽ ഒരുത്തന് നല്ല മീശയാണെങ്കിലും അതു വെളുത്തിരുന്നു. മറ്റൊരുത്തനോട് മീശക്കൊമ്പ് മുറിക്കാൻ അവന്റെ പ്രിൻസിപ്പൽ പറഞ്ഞു. അന്നത്തെ സായാഹ്നത്തിൽ കുറച്ച് മീശക്കാരുണ്ടായിരുന്നു. മീശയില്ലാത്തവർ മീശവരച്ചു വച്ചു. ഞാനെണീറ്റ് താഴെപ്പറയുന്ന ഉപചാരം ചൊല്ലി.

ലോകത്തെമ്പാടുമുള്ള മാന്യവീരന്മാരുടെ
അഭിമാനമായിരുന്നെപ്പോഴും മേൽമീശ
ധീരസൈനികർ നാടിൻ ശത്രുക്കളെ
യെതിരിട്ടത് കറുപ്പും തവിട്ടും മീശവച്ചായിരുന്നു.
അതുകൊണ്ടായോധന മഹത്ത്വത്തിന്

നിർബ്ബന്ധമാണല്ലോ മേൽമീശ!
ഊത്തുകുഴൽ പോലെ മുഖക്ഷൗരം നടത്തി
ഫിലിസ്റ്റിനുകൾ കുറ്റിരോമസൊല്ലയൊഴിവാക്കുന്നു
നമ്മൾ ഫിലിസ്റ്റീനുകളല്ലല്ലോ അതുകൊണ്ട്,
സർവ്വതന്ത്ര സ്വതന്ത്രമായി മീശ വളർത്താം.
ആണിനെപ്പോലെ മീശ വഹിക്കുന്ന
എല്ലാ ക്രിസ്ത്യാനികളും നീണാൾ വാഴട്ടെ!
മേൽമീശ നിരോധിച്ചപ്രത്യക്ഷമാക്കിയ
എല്ലാ ഫിലിസ്റ്റീനുകളും ശപിക്കപ്പെടട്ടെ.

ഈ തമാശക്കവിത കേട്ടപ്പോൾ ആളുകൾ ആവേശത്തോടെ ഗ്ലാസുകൾ മുട്ടിച്ച് ചിയേഴ്സ് പറഞ്ഞു. അപ്പോൾ ആരോ ഒരാൾ എണീറ്റു. അവന്റെ പ്രിൻസിപ്പൽ അവന് താക്കോൽ നല്കിയിട്ടില്ല. പത്തുമണിക്കു മുമ്പെത്തിയില്ലെങ്കിൽ അവൻ പുറത്താവും. ഇവിടെയുള്ള പല പാവങ്ങളുടെയും ദുരവസ്ഥയിതാണ് അവൻ പറഞ്ഞു.

മുറിയുടെ താക്കോൽ കൈമാറാത്ത
എല്ലാ പ്രിൻസിപ്പൽമാരുടെയും
തലയിൽ പ്ലേഗു പതിക്കട്ടെ
അവരുടെ അത്താഴപ്പാത്രത്തിൽ
കൂടുതൽ ഈച്ചകളും മുടിയിഴകളും പതിക്കട്ടെ
രാത്രിയിലവർക്ക് ശാന്തികിട്ടാതിരിക്കട്ടെ!

ഇതുകേട്ടപ്പോൾ വീണ്ടും ഗ്ലാസുകൾ കൂട്ടിമുട്ടി. പത്തുമണി വരെ പാനോപചാരം തുടർന്നു. അതുകഴിഞ്ഞപ്പോൾ താക്കോലില്ലാത്തവർ പോയിത്തുടങ്ങി. താക്കോൽ കൈയിലുള്ള ഞങ്ങൾ ഭാഗ്യവാന്മാർ അവിടെത്തന്നെയിരുന്നു കൂടുതൽ ചിപ്പി കഴിച്ചു. ഞാനെട്ടെണ്ണം തിന്നു, പിന്നെ തിന്നാൻ പറ്റാണ്ടായി. എന്നാലും എനിക്കതത്ര ആസ്വാദ്യമായില്ല.

നിനക്ക് കണക്കുകൂട്ടൽ ഇഷ്ടമായതുകൊണ്ട്, ഓർഡർ ഓഫ് യെല്ലോ എൻവലപ്പ് നല്കി. എനിക്ക് സമ്മാനം തരാനാഗ്രഹിക്കുന്നതു കൊണ്ട് ഞാൻ നിന്നെ ഉദാരമായി സന്തോഷിപ്പിക്കാം. എന്തെന്നാൽ കൊരന്റിന്റെ മൂല്യമിപ്പോൾ 106 $^{1}/_{2}$ ശതമാനമാണ്. ഒരു വർഷംമുമ്പ് അത് 114 ശതമാനമായിരുന്നു. ലൂയിസ് ഡോളറിന്റെ വില ഇടിയുകയാണ്. അതുകൊണ്ട് ബ്രമനിൽ ആർക്കെങ്കിലും പത്തുലക്ഷം ടാലറുണ്ടായിരുന്നെങ്കിൽ ഇപ്പോഴതിന് ഒൻപത് ലക്ഷത്തിന്റെ മൂല്യമേയുള്ളൂ. ഒരു ലക്ഷം ടാലറിന്റെ നഷ്ടം! അതൊരു ഭയങ്കര സംഭവമല്ലേ?

ഇഡയ്ക്കുള്ള കുറിപ്പിനെപ്പറ്റി നീ ഇപ്പോഴുമെഴുതിയില്ല. നിനക്കതു കിട്ടിയോ, നീയത് ഇഡയ്ക്ക് കൈമാറിയോ? അതോ ഇല്ലയോ? ഞാനത് അയയ്ക്കാതെ എവിടെയെങ്കിലും കിടന്ന് കിഴവൻ ല്യൂപോൾഡിന്റെ കൈയിലെത്തിയാൽ മഹാ നാണക്കേടാകും. അതുകൊണ്ട് എനിക്കെ

ഴുതുക. നീ വാക്കുപറഞ്ഞ പ്രകാരം ആറു പേജുള്ള കത്തായിരിക്കണം. ഞാൻ ഉപഹാരം അയച്ചുതരാം. നിനക്കു കാണാതെ പഠിക്കാൻ പറ്റിയ ചില കണക്കുകൾ ഈ കവറിനു പുറത്തുണ്ട്. അതു നിന്നെ സന്തോഷിപ്പിക്കും. ഇത് വീണ്ടും പകർത്തിയെഴുതേണ്ടി വന്നത് ശ്രീമാൻ തിമോളിയൻ മീസജാന്റെ കുഴപ്പം കൊണ്ടാണ്. രണ്ടുവർഷം മുമ്പ് ഇയാളെയാണ് ല്യൂപോൾഡ് വീട്ടിനു പുറത്തെറിഞ്ഞത്.

വിനീത വിധേയൻ
ഫ്രെഡറിക്

നാല്

ബ്രമൻ

ഡിസംബർ 6, 1840

പ്രിയപ്പെട്ട മേരീ,

ഫ്രെഡറിക് എംഗൽസിന്റെ അങ്ങേയറ്റം വിനീതമായ നന്ദി പത്രിക. വളരെ ഔദാര്യത്തോടെ എനിക്ക് ഓർഡർ ഓഫ് യെല്ലോ എൻവലപ്പ് നല്കിയതിന് ബഹുമാനപ്പെട്ട മഹിള ഫ്രാലീനു നന്ദി!

അർഹതയില്ലെങ്കിലും എനിക്ക് 'ഓർഡർ ഓഫ് ദ യെല്ലോ എൻവലപ്പ്' നല്കി അങ്ങേയറ്റം ഔദാര്യം കാട്ടിയ മാന്യ മഹിളയ്ക്കു മുന്നിൽ, അവിടുത്തെ ഏറ്റവും അനുസരണയുള്ള പരിചാരകൻ, അവിടുത്തെ ഉൽകൃഷ്ടമായ പാദാരവിന്ദങ്ങളിൽ ആത്മാർത്ഥമായ നന്ദി സമർപ്പിക്കുന്ന കാര്യത്തിൽ അവിനയം കാട്ടുകയില്ല. അതേപോലെ തന്നെ അവിടുത്തെ ഏറ്റവും വിധേയനായ ഭൃത്യന് ലോകത്തിനു മുഴുവൻ പ്രാപ്യമായ ഒരു തുറന്ന കത്തെഴുതിയ മഹതിയുടെ അതുല്യമായ കാരുണ്യത്തെ, അനുസരണയുള്ള ഈ ഭൃത്യന് പ്രശംസിക്കാതിരിക്കാൻ കഴിയില്ല. അതുകൊണ്ട് അവിടുത്തെ സൗമ്യതയും സമഗ്രബുദ്ധിയും എല്ലാവർക്കും മനസ്സിലാക്കാൻ കഴിയും.

അവിടുത്തെ മഹത്തായ ഓർമ്മയ്ക്കു മുന്നിൽ താങ്കളുടെ വിനയാന്വിതനും അനുസരണയുള്ളവനുമായ ഈയുള്ളവർ, അവിടുത്തെ മഹത്ത്വം അംഗീകരിച്ചുകൊണ്ട് കത്ത് അവസാനിപ്പിക്കണം.

ഫ്രെഡറിക് എംഗൽസ്

അഞ്ച്

ബ്രമൻ

ഡിസംബർ 9, 1840

പ്രിയപ്പെട്ട മേരീ,

ഈ കത്തിന്റെ ആദ്യപേജിൽ എന്റെ ശൈലി വിട്ട് എഴുതേണ്ടി വന്നതിൽ എനിക്കു നിന്നോടു ഒട്ടും കൃതജ്ഞത കുറവില്ല, കാരണം കത്ത് സീൽ ചെയ്യാനുപയോഗിച്ച ബിസ്കറ്റ് പകുതിക്കുവച്ച് ഇളകിപ്പോയി. നീ എനിക്ക് സമ്മാനിക്കാനുദ്ദേശിക്കുന്ന 'ഓർഡർ ഓഫ് ദ യെല്ലോ' എൻവലപ്പിന്റെ കാര്യത്തിലും ഇതു തന്നെയാണ് പറയാനുള്ളത്. കത്ത് നന്നായി ഒട്ടിക്കണേ. അല്ലെങ്കിൽ മെയ്ൻസി ലെത്തുമ്പോഴേക്കും രണ്ടും രണ്ടുവഴിക്കാകും. മിനിഞ്ഞാന്നാണോ, ഇന്നലെയാണോ എന്നെനിക്കുറപ്പില്ല, അന്നയുടെ ജന്മദിനമായിരുന്നു. ഇന്നലെ ഞാനത് ആഘോഷിച്ചു. ഷാച്ചാസനിൽ 6 ഗ്രോട്ട്സിന്റെ ഒരു കപ്പ് കാപ്പി കുടിച്ചു. അത് സഹോദരസ്നേഹമല്ലേ? കഴിഞ്ഞ ശനിയാഴ്ച എനിക്ക് 20 തികഞ്ഞപ്പോൾ ഞാൻ ആഘോഷിച്ചത് പല്ലുവേദനയും നീരുവച്ച കവിളുമായാണ്. ഭയങ്കരമായ വേദനയായിരുന്നു. നെപ്പോളിയന്റെ മൃതശരീരം ഫ്രാൻസിൽ എത്തിയത് നീയറിഞ്ഞു കാണുമല്ലോ. അത് എന്തായാലും ഒരു പ്രശ്നമായി തീരും! ഇപ്പോൾ പാരീസിലായിരുന്നെങ്കിൽ എന്നു ഞാനാശിക്കുന്നു. ഒരു യുദ്ധമുണ്ടാ കുമെന്ന് നീ വിശ്വസിക്കുന്നോ? ഗ്വിസോട്ട് മന്ത്രിസഭയെക്കുറിച്ച് നീ എന്തുകരുതുന്നു? നീയും ഈ ചീഞ്ഞ പാട്ടുപാടുകയാണോ: "അവർക്കത് കിട്ടില്ല." നല്ല കാഴ്ചയുണ്ടെങ്കിൽ റൈനിന്റെ അപ്പുറത്ത് ഫ്രഞ്ച് അതിർത്തി കാണാം. ഇപ്പോൾ ഞങ്ങൾക്ക് വാൾപ്പയറ്റു ക്ലാസുണ്ട്. ആഴ്ചയിൽ നാലുദിവസം ഞാൻ പയറ്റു പരിശീലിക്കുന്നുണ്ട്. ഇന്ന് നട്ടുച്ചയ്ക്കും പരിശീലിച്ചു. അടുത്ത പേജിൽ എന്നെ ഞാൻ എങ്ങനെ യാണ് വരച്ചിരിക്കുന്നതെന്നു

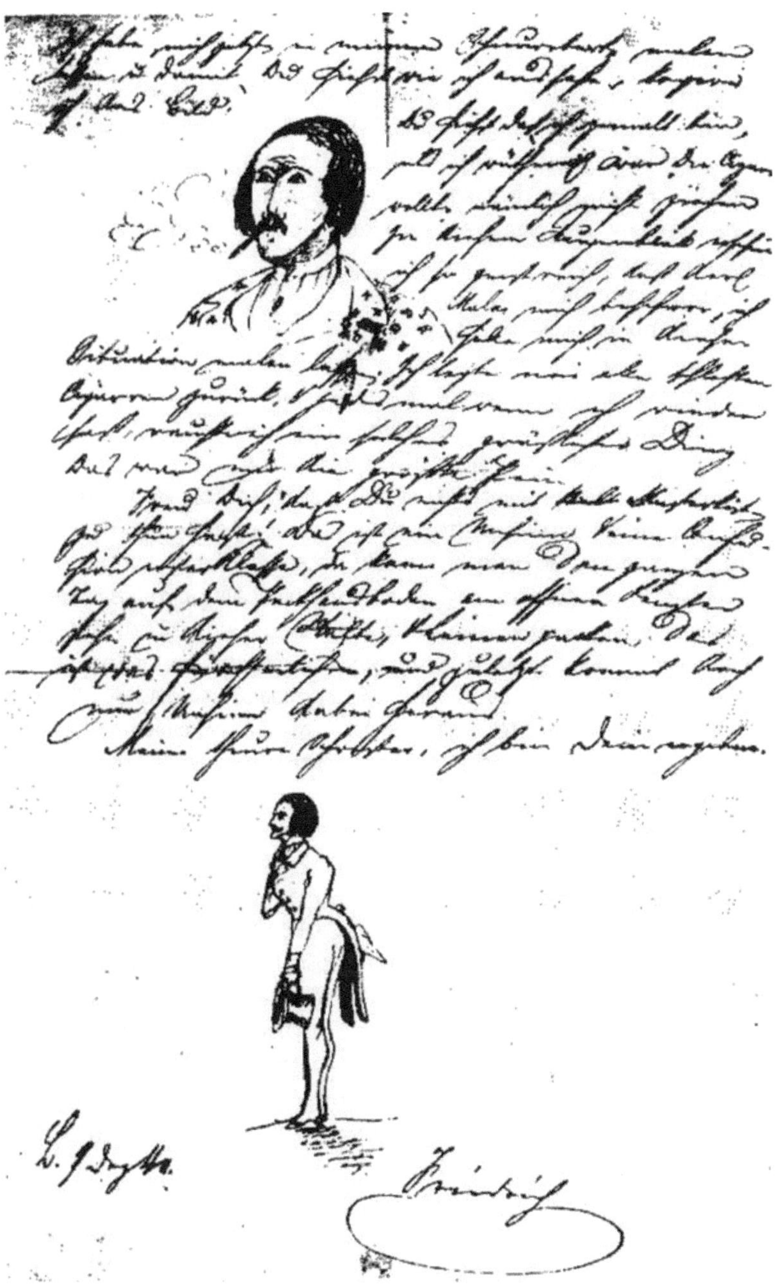

എംഗൽസിന്റെ കത്തിന്റെ മാതൃക

കാണാം.

ഡിസംബർ 8

ഇന്നലെയും ഇന്നുരാവിലെയും എനിക്കു തിരക്കിട്ടു പണിയായിരുന്നു. ഞാൻ നിനക്കുള്ള കത്ത് പൂർത്തിയാക്കാൻ പോവുകയാണ്. അതുകഴിഞ്ഞ് എനിക്കൊരു പുതിയ ചുരുട്ടുകൂട് ഉണ്ടാക്കിത്തരണം. കറുപ്പും വെളുപ്പും സ്വർണ്ണവും കലർത്തിവേണം. അതാണല്ലോ ജർമ്മനിയുടെ ഒരുമയുടെ പ്രതീകം. ആ നിറങ്ങൾ മാത്രമാണ് എനിക്കിഷ്ടം.

ചുവപ്പ് സ്നേഹമെന്ന നിലയിൽ
സാഹോദര്യത്തിന്റെ ചിഹ്നമാണ്
സ്വർണ്ണം പോലെയുള്ള പരിശുദ്ധി
നമ്മുടെ അന്വേഷണത്തിന്റെ ലക്ഷ്യമാണ്
മരണത്തിലും നമ്മുടെ ആവേശം കെടരുത്
കറുപ്പ് നെഞ്ചിനു ചുറ്റുമുള്ള പട്ടുനാടയാണ്.

നിരോധിക്കപ്പെട്ട ഒരു വിദ്യാർത്ഥി ഗാനമാണ് മുകളിൽ ഉദ്ധരിച്ചത്. ഇവിടെ ചില വിഡ്ഢികൾ ഒരു സംഘടന രൂപീകരിച്ചിട്ടുണ്ട്, അവിടെ പ്രസംഗമുണ്ടാകും. ഞാനൊരു അതിഥിയായി മുൻകൂട്ടി തയ്യാറാകാതെ പ്രസംഗിക്കണം. അതൊരു നല്ല പ്രവൃത്തിയായിരിക്കും. സാന്ദർഭികമായി പറയട്ടെ മുൻകൂട്ടി പഠിക്കാതെ തന്നെ എനിക്കു പ്രസംഗിക്കാൻ കഴിയും. നുണപറയുന്ന കാര്യത്തിൽ എനിക്കു നിറുത്തില്ല. തുടർന്നുകൊണ്ടേയിരിക്കും. ഞാൻ നിയമസഭയിലായിരുന്നെങ്കിൽ ആർക്കും സംസാരിക്കാൻ അവസരം കിട്ടില്ല. മീശയുള്ള എന്റെ ഛായാപടം വരപ്പിച്ചു കഴിഞ്ഞു. ഞാൻ എങ്ങനെയിരിക്കുമെന്ന് നിനക്കീചിത്രത്തിലൂടെ മനസ്സിലാക്കാം. ഞാനതുപകർത്താം.

എനിക്കു ദേഷ്യം പിടിച്ചിരുന്നപ്പോഴാണ് ചിത്രം വരച്ചത്. കാരണം ചിത്രത്തിൽ ചുരുട്ടില്ല. ആ നിമിഷത്തിൽ എനിക്കൊരു ബുദ്ധിജീവിഭാവമായിരുന്നു. ചിത്രകാരനായ ജി ഡബ്ല്യു ഫീസ്റ്റ് കോൺ അങ്ങനെ തന്നെ വരയ്ക്കട്ടെ എന്ന് അപേക്ഷിച്ചു. ഓരോ തവണ പോസുചെയ്യുമ്പോഴും ഓരോ ചീഞ്ഞ ചുരുട്ട് വലിക്കേണ്ടി വന്നു. എനിക്ക് ഏറ്റവും വലിയ പീഢ അതായിരുന്നു. സാമ്പിൾ പെട്ടികളുമായി നിനക്കൊന്നും ചെയ്യാനില്ലാത്തതിൽ സന്തോഷിക്കുക. അതാണ് ഒന്നാന്തരം വിഡ്ഢിത്തവും കുഴപ്പവും പായ്ക്കിങ് സ്ഥലത്ത്, ജനാലയ്ക്കരികിൽ പകൽ മുഴുവൻ നിന്ന് ഈ തണുപ്പത്ത് നിനക്ക് ലിനൻ പായ്ക്ക് ചെയ്യാം. അത് ഏറക്കുറെ ഭയങ്കരമാണ്. അവസാനം അസംബന്ധമല്ലാതെ ഒന്നും കിട്ടാനില്ല.

പ്രിയസഹോദരി ഞാൻ നിനക്ക് സമർപ്പിതനാണ്.

ഫ്രെഡറിക്
ഡിസംബർ 9, 1840

ആറ്

ബ്രമൻ.
ഡിസ:21, 1840

പ്രിയപ്പെട്ട മേരി,

നീ അയച്ചുതന്ന മനോഹരമായ ചുരുട്ടുകൂടിന് നന്ദിപറയാതിരിക്കാൻ കഴിയില്ല. ഒരേയൊരു കുഴപ്പം, കറുപ്പ്, ചുവപ്പ്, സ്വർണ്ണ നിറം എന്നിങ്ങനെയല്ല അത്. യാദൃച്ഛികമായി അത് ഇന്നെന്റെ കൈയിൽ കിട്ടി. അപ്പോൾ തന്നെ ഉപയോഗിച്ചു. ഇവിടെയിപ്പോൾ കടുത്ത ശൈത്യമാണ്. ഡിസംബർ മുഴുവൻ ഇടതടവില്ലാതെ മഞ്ഞുവീഴ്ചയായിരുന്നു. അതിപ്പോഴും തുടരുന്നു. വെസർ മുതൽ നാലുമണിക്കൂർ യാത്രാ ദൈർഘ്യമുള്ള വെഗാസായിക് വരെ മഞ്ഞുമൂടികിടക്കുന്ന കാഴ്ച വളരെ നയനാനന്ദകരമാണ്. ഈയിടെ ബർമനിൽനിന്നും കുറെയാളുകൾ ഇവിടെ വന്നു. ഞങ്ങൾക്ക് ആഹ്ലാദത്തിന്റെ സമയമായിരുന്നു. എല്ലാ മദ്യക്കടകളും സന്ദർശിച്ചു. ഗ്ലാസുകൾ ഒഴിഞ്ഞുകൊണ്ടിരുന്നു. ചിലപ്പോഴൊക്കെ ലേശം മത്തുപിടിച്ചിരുന്നു. കവറിനകത്ത് ഒരു ഡിമാന്റ് നോട്ട് വച്ചിട്ടുണ്ട്. മുൻ സ്പാനിഷ് അദ്ധ്യാപകൻ അയച്ചതാണ്. നിനക്ക് അത് മാറിയെടുക്കാൻ അറിയാമെങ്കിൽ പുതിയ ഒരു തൊപ്പിക്കുള്ള സമ്മാനമായി ഞാനതുതരാം. ഒരുപക്ഷേ, നിന്റെ ബോർഡിങ് സ്കൂളിൽ സ്പാനിഷ് അറിയാവുന്ന ആരെങ്കിലും കണ്ടേക്കും. ഇവിടെ എനിക്കത് മാറിയെടുക്കാൻ തടസ്സമുണ്ട്. നിനക്കെന്ത് എഴുതണമെന്നറിയില്ല. ഇവിടെ ഒരു പഞ്ചസാര ഫാക്ടറി കത്തി നശിച്ചു. ഹെയ്ൻറിച്ച് ല്യൂപോൾഡ് പുറത്ത് പോവാറില്ല. ഞാനൊരു ചുരുട്ടിന് വേണ്ടി ശരിക്കും മരിക്കുകയാണ്.

23-ാം തീയതി

ഇന്നലെ വൈകിട്ട് ഞങ്ങൾക്ക് വാൾപ്പയറ്റ് ക്ലാസുണ്ടായിരുന്നു. വീണ്ടും നല്ലൊരു വാർത്ത കേട്ടു. ഇത്തവണ മറ്റൊരു തീപിടുത്തം ന്യൂസ്താദിൽ. ചുമതലാബോധത്തോടെ ഞങ്ങൾ വീണ്ടും അവിടെയെത്തിയപ്പോഴേക്കും തീ അണഞ്ഞിരുന്നു. ഇങ്ങനെയാണ് ഓരോരുത്തർ സ്വയം കുഴപ്പമുണ്ടാക്കുന്നത്. മൂക്കിനുതാഴെ തീ പിടിക്കുന്നതുവരെ മുറിയടച്ചു വീട്ടിൽ ഇരിക്കണം. ഗെയ്ഥെയുടെ സമാഹാരത്തിനുള്ള ഓർഡർ അമ്മയെനിക്കു ക്രിസ്മസ് സമ്മാനമായി അയച്ചുതന്നു. ഇന്നലെ അപ്പോൾത്തന്നെ ആദ്യവോള്യം കരസ്ഥമാക്കി. കഴിഞ്ഞ രാത്രി വളരെ ആഹ്ലാദത്തോടെ *വാഹ്ൽവർ വാൻഡ്ഷാഫൻ* വായിച്ചു തീർത്തു. ഗെയ്ഥെ ആളൊരു കേമൻ തന്നെ! അദ്ദേഹത്തെ പ്പോലെ നീ ജർമ്മൻ ഭാഷയെഴുതിയാൽ എല്ലാ വിദേശ ഭാഷകളിൽ നിന്നും നിന്നെ ഞാൻ ഒഴിവാക്കാം. കൂട്ടത്തിൽ പറയട്ടെ എനിക്കെഴുതു മ്പോൾ നീ മാർജിൻ ഇടേണ്ട. പേജ് തീരെ വീതി കുറഞ്ഞതാണ്. അധികമെഴുതാതെ പേജ് നിറയ്ക്കുന്ന ഈ പരിപാടി എനിക്കിഷ്ടമല്ല ഇത് പ്രത്യേകം ശ്രദ്ധിക്കണം! പ്രൊഫ: ഹാന്റ്ഷേക്ക് ഇങ്ങനെയാണ് പറയുന്നത്.

24-ാം തീയതി:

നീയിപ്പോൾ വലിയ ആവേശത്തിലായിരിക്കും വലിയ പ്രതീക്ഷയിലായിരിക്കുമെന്ന് എനിക്കറിയാം. എന്തുസംഭവിക്കുമെന്ന കാര്യത്തിൽ എനിക്കും ആകാംഷയുണ്ട്. ഈ പ്രധാനപ്പെട്ട നടപടിക്രമത്തെക്കുറിച്ച് ആദ്യത്തെ തപാലിൽത്തന്നെ എന്നെ അറിയിക്കണം. ഇവിടെ ഉടൻതന്നെ ഞാനത് പത്രത്തിൽ കൊടുക്കും.

എന്റെ കൈയെഴുത്തിന്റെ പ്രാവീണ്യം ജൂനിയറായ വിൽഹെം ല്യൂപോൾഡിനെ ബോദ്ധ്യപ്പെടുത്താൻവേണ്ടി ഞാനിട്ട ഒപ്പുകളും

എംഗൽസിന്റെ ഇല്ലസ്ട്രേഷൻ

എംഗൽസിന്റെ ഇല്ലസ്ട്രേഷൻ

രേഖകളും ചിത്രങ്ങളുമാണിത്. അവന്റെ കൈയക്ഷരം ദീർഘ ചതുരാകൃതിയിലാണ്.

28-ാം തീയതി

വെസർ ഇപ്പോൾ പൂർണ്ണമായും മഞ്ഞു മൂടിക്കിടക്കുകയാണ്. ജനം അതിന്മേലിലൂടെ കുതിരവണ്ടിയോടിക്കുന്നു. വെഗാസായക് വരെ സ്കേറ്റ് ചെയ്യാമെന്ന് എനിക്കുതോന്നുന്നു. ഇവിടെനിന്നും അഞ്ചു മണിക്കൂർ സമയം വേണം അവിടെയെത്താൻ. ഉച്ചയ്ക്ക് ശേഷം എല്ലാ പരിഷ്കാരികളും സവാരിക്കിറങ്ങും സ്ത്രീകൾ മഞ്ഞിലൂടെ തെന്നിവീഴും പുരുഷന്മാർ എടുത്തുയർത്താൻ പാകത്തിൽ. അത് അവർക്ക് രണ്ടുകൂട്ടർക്കും വലിയ സന്തോഷമാണ്. വെളുത്ത മഞ്ഞുപുരണ്ട മരങ്ങൾ കണ്ടാൽ മഞ്ഞുകൊണ്ട് നിർമ്മിച്ചതാണെന്ന് തോന്നും. പാസ്റ്ററുടെ ഭാര്യ മത്തിൽഡാട്രെവിറാനസ് കറുപ്പും ചുവപ്പും സ്വർണ്ണനിറവുമൊക്കെയുള്ളൊരു പേഴ്സ് ക്രിസ്മസ് സമ്മാനമായി തന്നു. എന്റെ പൈപ്പ് സൂക്ഷിക്കാൻ അതേ നിറത്തിലുള്ള ഒരു തൊങ്ങൽ മേരിട്രവിറാനസ് തുന്നിത്തന്നു. അത് ഗംഭീരമായിട്ടുണ്ട്. ഇന്ന് ഞങ്ങൾക്ക് ഒൻപത് ഡിഗ്രിയിൽ താഴെയാണ് താപനില. എന്തൊരു ജീവിതം! ഈ തണുപ്പിനേക്കാൾ കൂടുതലായി ഞാൻ മറ്റൊന്നും ഇഷ്ടപ്പെടുന്നില്ല, മഞ്ഞുകൂടിയ ഭൂമിക്ക് മീതെ ഉദിക്കുന്ന നിഷ്ക്രിയ സൂര്യനെയും, ആകാശത്ത് മേഘങ്ങളില്ല. ഭൂമിയിൽ അഴുക്കുമില്ല. എല്ലായിടവും വജ്രത്തിന്റെയും ഉരുക്കിന്റെയും കാഠിന്യം മാത്രം. വേനൽക്കാലത്തെപ്പോലെ വായു അത്രകണ്ട് മൃദുലമല്ല, മുറിക്ക് പുറത്തിറങ്ങിയാൽ അക്കാര്യം മനസ്സിലാവും. പട്ടണം മുഴുവൻ മഞ്ഞുപാളികളാണ്. ജനം നടക്കുന്നതേയില്ല. അവർ ഒരു റോഡിൽനിന്നും മറ്റൊരു റോഡിലേക്ക് തെന്നിനീങ്ങുകയാണ്. ശൈത്യമാണെന്ന കാര്യം ശ്രദ്ധിക്കാതിരിക്കാൻ കഴിയില്ല. മാൻഹേമിൽ മറ്റ് പ്രയോജനകരമായി നേട്ടങ്ങൾക്കൊപ്പം

നീ സ്കേറ്റിങ്ങും പഠിക്കണം. അങ്ങനെയായാൽ വീട്ടിലെത്തുമ്പോൾ തണുത്ത് വിറച്ച്, മുറിക്കു പുറത്തിറങ്ങാതെ, വീട്ടിൽത്തന്നെയിരിക്കേണ്ടി വരില്ല. അതെനിക്ക് ഒട്ടും ഇഷ്ടമല്ല. നീ തണുപ്പിനെ പേടിച്ചു വരികയാണെങ്കിൽ നിന്നെ ഞാനൊരു മഞ്ഞുവണ്ടിയിൽ കെട്ടിയിട്ട്, കുതിരയുടെ ചെവിയിൽ ഒരു കത്തുന്ന സ്പോഞ്ച് വച്ച്, പുറത്തേക്കു നിന്നെ പായിക്കും. അല്ലെങ്കിൽ സ്കേറ്റ് നിന്റെ കാലിൽ കെട്ടി വച്ച് കുളത്തിന്റെ നടുവിൽ നിന്നെ കൊണ്ടു തള്ളും. നീ അവിടെക്കിടന്ന് ഇഴയും.

പ്രിയപ്പെട്ട സോദരീ എന്റെ പ്രതീക്ഷകൾ നിന്നെ നിരാശപ്പെടുത്തുന്നില്ലങ്കിൽ നിനക്ക് ഈ കത്ത് പുതുവത്സര ദിവസം കിട്ടും. ഈയൊരു ദിനം നീയും ഞാനും വളരെ പ്രതീക്ഷയോടെ നോക്കിയിരിക്കുന്നതിനാൽ എന്റെ അഭിലാഷങ്ങളെല്ലാം സഫലമാകട്ടെയെന്ന് ഞാനാശംസിക്കുന്നു. എനിക്ക് ഈ ആശംസയ്ക്ക് ചെലവൊന്നുമില്ലല്ലോ. എനിക്കുള്ള നിന്റെ ആശംസകളും തത്തുല്യമായിരിക്കുമെന്ന് പ്രതീക്ഷിക്കുന്നു. പുതുവത്സരത്തിൽ മാൻഹേം നിനക്കിഷ്ടമായിരിക്കട്ടെ. നിന്റെ കത്തനുസരിച്ച് മുമ്പ് അത് അങ്ങനെയായിരുന്നല്ലൊ. (ഞാൻ ഇങ്ങനെ എഴുതുന്നത് ഒരു പക്ഷേ, നിന്റെ കൈയിലെത്തുംമുമ്പ് സെൻസറിങ്ങിന് വിധേയമായാലോ എന്നു വിചാരിച്ചിട്ടാണ്.)

നിന്റെ ഫ്രെഡറിക്
ബ്രമൻ, ഡിസ: 28, 1840

ഏഴ്

പ്രിയപ്പെട്ട മേരീ,

ഇത്തവണ നിനക്ക് ശരിക്കും ഭാരിച്ച ഒരു കത്ത് ലഭിക്കും. ആദ്യം ഞാൻ വിചാരിച്ചത് ഒരു കാർഡ് ബോർഡിൽ എഴുതാമെന്നാണ്. അപ്പോൾ നിനക്ക് വലിയൊരു തുക തപാൽ കൂലിയായി കൊടുക്കേണ്ടി വന്നേനെ. എന്നാൽ നിർഭാഗ്യമെന്നു പറയട്ടെ മിനുസമുള്ള കാർഡ് ബോർഡ് കിട്ടിയില്ല. അതുകൊണ്ട് ഞങ്ങളുടെ സ്റ്റോറിലെ കട്ടികൂടിയ പേപ്പറിൽ എഴുതുന്നു. പൗക്ക്സ്റ്റൂണ്ടെ, (ഒരുതരം വാൾപ്പയറ്റ്) എന്താണെന്ന് നിനക്കറിയില്ലെങ്കിൽ അതിന്റെ അർത്ഥം, സംസ്കാരിക മായി നീ ലജ്ജിപ്പിക്കും വിധം പിന്നിലാണെന്നാണ്. ഞാനയയ്ക്കുന്ന ഈ ചിത്രങ്ങളിൽ സ്വാഭാവികമായ മുഷിപ്പ് നിനക്കുണ്ടാവുകയില്ല. അതുമാത്രമല്ല വിദ്യാഭ്യാസത്തിന്റെ പ്രതീക്ഷ മാത്രമല്ല മദ്യമുണ്ടാക്കാ നുള്ള അമ്മയുടെ സാമർത്ഥ്യവും നിനക്കില്ല. നിന്റെ തരംതാണ ജർമ്മൻ ഭാഷയിൽ പൗക്ക്സ്റ്റൂണ്ടെയെന്നാൽ വാൾപ്പയറ്റിന്റെ പാഠംപോലെ തന്നെയാണ് എന്റെ കൈയിലിപ്പോൾ രണ്ട് കരവാളുകളുണ്ട്. കൈയുറക ളുമുണ്ട്.

ദുഃഖാകുലയായ മാതൃത്വത്തെക്കുറിച്ചാണെങ്കിൽ അത് എഴുതിയത് പെർഗൊലീസ് ആണോയെന്ന് നോക്കണം. അങ്ങനെയാണെങ്കിൽ അതിന്റെ പകർപ്പ് എനിക്ക് എത്തിക്കണം, ഉപകരണങ്ങളും കൂടെയു ണ്ടെങ്കിൽ എനിക്കുവേണ്ട, ശബ്ദം മാത്രം മതി. അത് രചിച്ചത് പലസ്ട്രീനെയോ മറ്റു വല്ലവരുമോ ആണെങ്കിൽ എനിക്കു വേണ്ട, മറ്റെന്നാൾ ഞങ്ങൾ മെൻഡൽസ്സോൻ രചിച്ച 'പൗലൂസ്' അവതരിപ്പി ക്കാൻ തയ്യാറെടുക്കുകയാണ്. ഹാൻഡലിന്റെ മരണത്തിനു ശേഷം എഴുതപ്പെട്ട ഏറ്റവും നല്ല സമൂഹഗാനമാണത്. നിനക്കത് അറിയാൻ കഴിയും. പ്രാദേശിക നാടകങ്ങൾ മോശമായതുകൊണ്ട് അപൂർവ്വമായി

മാത്രമേ ഞാൻ തീയേറ്ററിൽ പോകാറുള്ളൂ. എനിക്കറിയില്ലാത്ത പുതിയ ഓപ്പറയോ, പുതിയ നാടകങ്ങളോ ഉണ്ടെങ്കിൽ വല്ലപ്പോഴും മാത്രം തിയേറ്ററിൽ പോകും.

എന്റെ കഴിഞ്ഞ കത്തിനുശേഷം ഇവിടെ ഒന്നാന്തരം ഒരു വെള്ളപ്പൊക്കമുണ്ടായി. ട്രെവിറാനസിന്റെ വീട്ടിലെ, എന്റെ മുറിയിൽ ഒരടിയിലധികം വെള്ളം കയറി. ഞാൻ ല്യൂപ്പോൾഡ് മൂപ്പീന്നിന്റെ വീട്ടിലഭയം തേടി. ദയാലുവായ അദ്ദേഹം രണ്ടാഴ്ചക്കാലം എന്നെ വീട്ടിൽ നിർത്തി. അപ്പോഴാണ് ശരിക്കും തമാശയുണ്ടായത്. മുൻവശത്തെ വാതിലിനടുത്ത് ഒന്നരയടി വെള്ളമുണ്ടായിരുന്നു. വീഞ്ഞുഗുദാമിലേക്കു വെള്ളം കയറാതിരിക്കാൻ സൂത്രവാതിൽ ചാണകം കൊണ്ട് അടച്ചുവച്ചു. അപ്പോൾ വിദ്വേഷിയായ വെള്ളം അയലത്തുകാരന്റെ ഗുദാമിലൂടെ ഞങ്ങളുടെ ഭിത്തി കടന്നുവന്നു അതുകൊണ്ട് നല്ല വീഞ്ഞ് വീപ്പകളൊക്കെ, ഉരുളക്കിഴങ്ങോ, വീഞ്ഞുഗുദാമോ മുങ്ങിയില്ല. നാലുദിവസം രാപ്പകൽ ഞങ്ങൾ കുടിവെള്ളം പമ്പു ചെയ്തു. വിൽഹെം ല്യൂപോൾഡും ഞാനും ഒന്നിച്ചു കഴിച്ചുകൂട്ടി. മേശയ്ക്ക് പിന്നിലുള്ള സെറ്റിയിൽ കുറേ വീഞ്ഞുകുപ്പികളും സാസേജും വലിയൊരു കഷ്ണം ഒന്നാന്തരം ഹാംബർഗും കൂട്ടിനുണ്ടായിരുന്നു. ഞങ്ങൾ തിന്നു, കുടിച്ചു, ഓരോ ഒന്നര മണിക്കൂറിലും പമ്പ് ചെയ്യുകയും ചെയ്തു. അത് വളരെ ആസ്വാദ്യകരമായിരുന്നു. അഞ്ചു മണിയോടെ മൂപ്പീന്നു വന്ന് ഞങ്ങളിലൊരാളെ വിടുതൽ ചെയ്യും. വെള്ളപ്പൊക്കത്തിനിടയ്ക്ക് ഹൃദയസ്പർശിയായ ചില കാര്യങ്ങളും നടന്നു. പട്ടണത്തിനു പുറത്തുള്ള ഒരു വീട്ടിൽ അടിയിലെ നിലയുടെ ജനൽവരെ വെള്ളമായിരുന്നു. ഒരു കൂട്ടം എലികൾ നീന്തി മുറിയിൽ കയറി വീടു മുഴുവൻ നിറഞ്ഞു. വീട്ടിലാണെങ്കിൽ ആണുങ്ങളാരുമില്ല. ഉള്ളത് പെണ്ണുങ്ങൾ മാത്രം. എലികളെ പേടിയായിരുന്നിട്ടും സുന്ദരിമാരെല്ലാവരും ചേർന്ന് എലിക്കൂട്ടത്തെ നേരിടാൻ തീരുമാനിച്ചു. വാളും വടിയും മറ്റും അവർ ഉപയോഗിച്ചു. വെസറിന് വളരെ അടുത്തുള്ള ഒരു വീട്ടിൽ ഓഫീസ് ഗുമസ്തന്മാർ പ്രഭാതഭക്ഷണത്തിന്നിരിക്കയായിരുന്നു. വലിയൊരു മഞ്ഞിൻകട്ട ഒഴുകി വന്ന് ഭിത്തിയിടിച്ചു പൊളിച്ച് അകത്തേക്ക് തല നീട്ടി. കൂട്ടത്തിൽ വെള്ളപ്പാച്ചിലും. ഞാനൊരു കാര്യം പറയാം. റോയൽ ഡാക്സൺ കോൺസുലേറ്റിലെ വമ്പൻ വിരുന്നിനെക്കുറിച്ച് ഞാൻ നേരത്തെ

എഴുതിയിരുന്നല്ലോ. അവിടുത്തെ മുഖ്യാതിഥി, എന്റെ രണ്ടാം പ്രിൻസിപ്പലായ വിൽഹെം ല്യൂപോൾഡിന്റെ പ്രാണപ്രിയ ആയിരുന്നു. വിവാഹനിശ്ചയം ഈസ്റ്ററിന് ഔദ്യോഗികമായി പ്രഖ്യാപിക്കണമെന്ന് വെള്ളപ്പൊക്ക സമയത്ത് എന്നോടു പറയുകയുണ്ടായി. നിന്റെ വിവേചനത്തെ ആശ്രയിച്ചാണ് ഞാനിത് പറയുന്നത്. നീ ആരോടും പറയരുത്. കാരണം ഈസ്റ്ററിന് മാത്രമേ ഇത് പരസ്യമാക്കൂ. എനിക്ക് നിന്നെ വിശ്വാസമാണെന്നറിയാമല്ലോ? നീ ആരോടെങ്കിലും പറഞ്ഞാൽ ഇവിടെ നിന്നും മൂന്ന് ദിവസത്തിനുള്ളിൽ ബ്രമനിലെത്തും. എല്ലായിടവും പരദൂഷണ സ്ത്രീകളാണുള്ളത്. ഞാൻ കുഴപ്പത്തിലാകുകയും ചെയ്യും. വിൽഹെം ല്യൂപോൾഡിന്റെ പ്രതിശ്രുത വധു ഒരു "തെരേസാ മേയ്ർ" ആണ്. ഹാംബർഗിലെ സ്റ്റിക്ക് മേയ്റുടെ മകളാണവർ. അയാളുടെ സ്റ്റിക്ക് ഫാക്ടറി കാരണമാണ് "സ്റ്റിക്ക്" എന്ന ഇരട്ടപ്പേരു വീണത്. അയാളതിൽ നിന്നും ഏറെ പണമുണ്ടാക്കി. അവൾക്ക് നീലജായ്ക്കറ്റും ഇളംനിറ ത്തിലുള്ള വേഷവുമാണ്. നിന്നെപ്പോലെ മെലിഞ്ഞ ഒരു പതിനേഴുകാരി. (മാൻഹേമിൽ നിനക്ക് തടിവച്ചിട്ടില്ലെങ്കിൽ മാത്രം) അവൾ ഇതേവരെ സമ്മതം മൂളിയിട്ടില്ല. അത് ഭയങ്കര കഷ്ടമല്ലേ?

ഇന്നു ഞാൻ മേൽമീശയെടുത്തു. ചെറുപ്പക്കാരായ മീശരോമങ്ങളെ കരഞ്ഞുകൊണ്ട് സംസ്കരിച്ചു. എന്നെക്കണ്ടാലിപ്പോൾ പെണ്ണിനെ പ്പോലെയുണ്ട്. നാണക്കേടുതന്നെ; മീശ പോയാൽ പെണ്ണിനെപ്പോലെ തോന്നുമെന്ന് അറിയാമായിരുന്നെങ്കിൽ ഞാൻ മീശയെടുക്കില്ലായിരുന്നു. കത്രികയുമായി കണ്ണാടിക്കുമുന്നിൽ നിന്നപ്പോൾ, വലതുവശത്തെ മീശയെടുത്തിട്ടുണ്ടായിരുന്നു. കിഴവൻ ല്യൂപോൾഡ് ഓഫീസിൽ എന്റെ പാതി മീശ കണ്ട് ഉച്ചത്തിൽ ചിരിച്ചു. ഞാനത് വീണ്ടും വളർത്തും. അതില്ലാതെ എവിടെയും പോകാൻ കഴിയില്ല. പാട്ടിനുള്ള അക്കാഡമി യിൽ മീശയുള്ളത് എനിക്കുമാത്രമായിരുന്നു. ഫിലിസ്റ്റീൻകാരെ ഞാൻ കണക്കറ്റ് കളിയാക്കുമായിരുന്നു. മാന്യന്മാരുടെ കൂട്ടത്തിൽ ഷേവ് ചെയ്യാതെ ചെല്ലാൻ എനിക്കുമാത്രമേ തന്റേടമുണ്ടായിരുന്നുള്ളൂ. പെണ്ണുങ്ങൾക്കും കിഴവൻ ല്യൂപോൾഡിനും അത് ഇഷ്ടമായിരുന്നു. കഴിഞ്ഞ രാത്രിയിൽ ആറ് സുന്ദരന്മാർ ടെയ്ൽകോട്ടും ഗ്ലൗസും ധരിച്ചു എന്റെ മുറി മീശയുടെ കാര്യം പറഞ്ഞ് ചിരിച്ചു. ഗുണമെന്താണെന്നു വച്ചാൽ മൂന്നുമാസം എന്നെ ആർക്കും അറിയില്ലായിരുന്നു. ഇപ്പോൾ മീശകാരണം എല്ലാവർക്കും എന്നെ അറിയാം പാവം ഫിലിസ്റ്റീൻകാർ.

നിന്റെ ഫ്രെഡറിക്

ബ്രമൻ, ഫെബ്രു. 18, 1841

എട്ട്

ബ്രമൻ
മാർച്ച് 8, 1841

പ്രിയപ്പെട്ട മേരീ,

“താങ്കളുടെ വിനീതവിധേയൻ” എന്നത് ഇന്ന് ഒരു ബിസിനസ് കത്തിൽ അവസാനമായി എഴുതിയ വാക്യമാണ്. എനിക്കെങ്ങനെ ഇത്ര ലളിതമായി എഴുതാൻ കഴിഞ്ഞു? ഇന്ന് ഈരടികളൊന്നും വരുന്നില്ല. അതുകൊണ്ട്, നിനക്കെഴുതുന്നതിന് കാര്യം തുറന്നങ്ങു പറഞ്ഞേക്കാം. ഉച്ചയൂണ് കഴിഞ്ഞിരിക്കുമ്പോൾ, അധികം ചിന്തിക്കാനുള്ള സമയമില്ല, മനസ്സിൽ വരുന്നത് അങ്ങനെ തന്നെ എഴുതാം. എന്റെ ആദ്യചിന്ത ഒരു ചുരുട്ടിനെക്കുറിച്ചാണ്. ഹെയ്ൻറിച്ച് ല്യൂപോൾഡ് സ്ഥലത്തില്ലാത്തതു കൊണ്ട് എനിക്ക് ചുരുട്ട് കത്തിക്കാം. ഒരു രാജസദസ്സിലെന്നവണ്ണം ജീവിക്കാനാണ് ഞങ്ങൾ മൂപ്പീന്നിനെ “തിരുമനസ്സെ” ന്ന് വിളിക്കുന്നത്. ല്യൂപോൾഡ് കുടുംബം ഒന്നാകെ മന്ത്രിമാരായിത്തീരുമെന്നും വിശ്വസ്തരായ പരിചാരകർ ഒരിക്കൽക്കൂടി കാത്തിരിക്കുമെന്നതും തീർച്ചയായി. എന്റെ കറുത്ത ടെയ്ൽകോട്ടിൽ ഒരു സ്വർണ്ണത്താക്കോൽ തൂങ്ങുന്നതു കണ്ട് നിങ്ങൾ അത്ഭുതപ്പെടും. ഞാൻ മുമ്പെന്നപോലെ ത്തന്നെ ആയിരിക്കും. ഏതെങ്കിലും രാജാവിനെ പ്രീതിപ്പെടുത്താൻ വേണ്ടി ഞാനെന്റെ മേൽമീശയെടുക്കില്ല. അതിപ്പോൾ നന്നായി വളരുന്നുണ്ട്. വസന്തകാലത്ത് മാൻഹേമിൽ നിന്നോടൊപ്പം അടിച്ചു പൂസ്സായി നടക്കുമ്പോൾ മേൽമീശയുടെ മഹത്ത്വം നിനക്കു മനസ്സിലാകും.

സ്വിറ്റ്സർലണ്ടിലും തെക്കൻ ജർമ്മനിയിലും വിപുലമായൊരു സഞ്ചാരത്തിനുവേണ്ടി റിച്ചാർഡ് റോത്ത് ഒരാഴ്ച മുമ്പ് ഇവിടെനിന്നും യാത്രതിരിച്ചു. വാൾപ്പയറ്റ്, തീറ്റ, കുടി, ഉറക്കം, അത്യദ്ധ്വാനം എന്നിവയല്ലാതെ മറ്റൊന്നുമില്ലാത്ത ഈ മുഷിപ്പൻ സ്ഥലം ഞാൻ

ഉപേക്ഷിക്കാൻ പോകയാണ്. ഏപ്രിൽ അവസാനത്തോടെ ഞാനും അച്ഛനുംകൂടി ഇറ്റലിക്കുപോകുന്ന കാര്യം നീ അറിഞ്ഞിട്ടുണ്ടാകു മോയെന്ന് എനിക്കറിയില്ല. അങ്ങനെയെങ്കിൽ ഞാൻ നിന്നെ വന്നു കണ്ടുകൊള്ളാം. നീ നന്നായി പെരുമാറുമെങ്കിൽ ഞാൻ നിനക്കുമൊരു സമ്മാനം തരുന്നതിനുപോലും സാദ്ധ്യതയുണ്ട്. എന്നാൽ നീ അഹന്തയും അഹങ്കാരവും കാർക്കശ്യവും കാട്ടിയാൽ നിനക്കുതന്നെ കുഴപ്പം. അവസാനത്തേതിനു തൊട്ടുമുമ്പിലത്തെ കത്തിലെന്നപോലെ എന്റെ വാൾപ്പയറ്റു പരിശീലനത്തെ കളിയാക്കിക്കൊണ്ട് ഇനി എന്തെങ്കിലും എഴുതുകയാണെങ്കിൽ ന്യായമായ ശിക്ഷയിൽനിന്നും നിനക്ക് രക്ഷപ്പെടാനും കഴിയില്ല. "ദുഃഖാകുലമായ മാതൃത്വം" പെർഗൊലീസ് എഴുതിയതാണെന്നറിഞ്ഞതിൽ സന്തോഷം. ഒപ്പേറാ യിലെ പിയാനോ ക്രമീകരണംപോലെ, പാടാനുള്ള ഭാഗങ്ങളുടെ മുകളിൽ സ്കോർ സൂചിപ്പിക്കുന്ന ഒരു പിയാനോ കോപ്പി നീയെനിക്ക് എത്തിച്ചു തരണം. എനിക്കു തോന്നുന്നത് പെർഗൊലീസിന്റെ "ദുഃഖാകുലമായ മാതൃത്വം" എന്ന സംഗീത ശില്പത്തിൽ 'ബാസ്' ഇല്ല. എന്നാൽ പകരം 'സൊപ്രാനോയും' 'ആൾട്ടോസും' കൂടുതലുണ്ടാവും. സാരമില്ല.

വസന്തകാലത്ത് ഞാൻ മിലാനിൽ പോകുന്നെങ്കിൽ റോത്തിനെയും എൽബർഫെൽഡിലെ വിൽഹെം ബ്ളാങ്കിനെയും സന്ദർശിക്കും. തുർക്കിയിലെ പുകയിലയും ലാക്രിമെദിക്രിസ്റ്റോ വീഞ്ഞും വേണ്ടുവോള വുമുണ്ടാവും കിട്ടിയാൽ നിനക്കും ഞങ്ങൾ മടങ്ങി ആറ് മാസം കഴിഞ്ഞാലും അടിച്ചുപൊളിച്ചു ജീവിച്ച മൂന്നു ജർമ്മൻകാരെക്കുറിച്ച് പറയണം. അങ്ങനെ ഞങ്ങൾക്ക് പ്രശസ്തരാകണമെന്നാണ് ആഗ്രഹം.

നിങ്ങളുടെ നിർദ്ദോഷമായ കാർണിവലിനെക്കുറിച്ച് നീയെഴുതിയ വിവരണം വായിച്ച്, നല്ല രസം തോന്നി. നിന്നെ കണ്ടാൽക്കൊള്ളാമെന്നു തോന്നുന്നു. ഞാൻ പങ്കെടുക്കാത്ത, ബോറടിപ്പിക്കുന്ന രണ്ട് ഫാൻസി ഡ്രസ് ഡാൻസ് ഒഴിച്ചാൽ രസകരമായ യാതൊന്നും ഇവിടെ നടന്നില്ല. ബർലിനിലും കാർണിവൽ ഒരു ഭയങ്കര സംഗതിയായിരുന്നു. കൊളോണിൽ അത്തരം സംഗതികൾ ഇപ്പോഴും വളരെ നല്ല രീതിയിലാണ് നടത്തപ്പെടുന്നത്.

നീ എന്നെക്കാളും ഭാഗ്യം കുറഞ്ഞവളാകുന്ന ഒരു കാര്യമുണ്ട്. ഇന്ന് മാർച്ച് 10 ബുധനാഴ്ച്ച നിനക്ക് ബീഥോവന്റെ സിംഫണി കേൾക്കാൻ കഴിയില്ല, എനിക്കു കഴിയും. ഈ സിംഫണിയും 'ഇറോയിക്ക' യും എനിക്ക് ഏറെ പ്രിയപ്പെട്ടവയാണ്. ബീഥോവന്റെ സൊണാറ്റകളും സിംഫണികളും നീ നന്നായി പ്രാക്ടീസ് ചെയ്യണം. പിന്നീട് എനിക്ക് നിന്നെക്കുറിച്ച് ലജ്ജിക്കേണ്ടി വരരുത്. പിയാനോ ക്രമീകരണത്തിലല്ല ഞാനത് കേൾക്കാൻ പോകുന്നത്. സമ്പൂർണ്ണ ഓർക്കസ്ട്രായോടൊപ്പ മാണ് എനിക്കത് കേൾക്കേണ്ടത്.

ഇന്ന് മാർച്ച് പതിനൊന്ന്, ഇന്നലെ രാത്രി എന്തൊരു സിംഫണിയാ

യിരുന്നു. ഈ അത്ഭുത രചന നിനക്കറിയില്ലെങ്കിൽ ഇതുപോലൊന്ന് നിന്റെ ജീവിതത്തിലൊരിക്കലും നീ കേട്ടിട്ടില്ല. തുടക്കത്തിൽ എത്ര ഹൃദയസ്പർശിയായിരുന്നു, കാമുകന്റെ വിലാപം. മൂന്നും നാലും ട്രോംബോൺ വായനയിൽ സ്വാതന്ത്ര്യത്തിന്റെ ഉജ്ജ്വലമായ, യൗവനം തുളുമ്പുന്ന ആവേശമായിരുന്നു, ഇതുകൂടാതെ, ഇന്നലെ ഒരു ശപ്പൻ ഫ്രഞ്ചുകാരൻ പാടുന്നതും ഞാൻ കേട്ടു. ലയമില്ല, വിഷാദമധുരമില്ല, ദയനീയമായ ഒരു ഫ്രഞ്ച് പാഠം. ആകെയൊരു തമാശ അതിന് "ല എക്സൈൽ ഡി ഫ്രാൻസ്" എന്ന് പേര്. ഫ്രാൻസിൽനിന്നു നാടുകടത്തപ്പെട്ടവരൊക്കെ ഇങ്ങനെയാണ് ശബ്ദമുണ്ടാക്കുന്നതെങ്കിൽ, എവിടെയും ആരും അവരെ വിളിക്കാൻ പോകുന്നില്ല. ആ ബോറൻ ടൊറേയ്ദോർ, എന്നൊരു പാട്ടുപാടി. കാളപ്പോരുകാരൻ എന്നാണർത്ഥം. പിന്നെ മറ്റൊരു പാട്ട് ആ ക്വെജയ്മെ ല എസ്പാനെ! അത് കൂടുതൽ ദയനീയമായിരുന്നു. വയറുവേദന വരുമ്പോൾ പാടുന്നതുപോലെ. അതിനുശേഷം ഗംഭീരമായ സിംഫണിയില്ലായിരുന്നുവെങ്കിൽ ഞാൻ അവിടെ നിന്നും ഓടിപ്പോകുമായിരുന്നു. അയാളുടെ ശബ്ദം ഒരു മാതിരി കാക്കക്കരച്ചിൽ പോലെയാണ്. അതിനിടയ്ക്ക് ഒരു കാര്യം പറയട്ടെ, ഇനി നീ കത്തയയ്ക്കുമ്പോൾ നന്നായി ഒട്ടിക്കണം. നീ കത്ത് മടക്കുന്നത് ഒട്ടും പ്രായോഗികമല്ല. അക്കാര്യം പ്രത്യേകം ശ്രദ്ധിക്കണം. ഞാൻ ഈ കത്തിൽ വരച്ചിട്ടുള്ളതുപോലെതന്നെ മടക്കി ഒട്ടിക്കണം.

സ്നേഹത്തോടെ,
ഫ്രെഡറിക്

ഒൻപത്

ബാർമെൻ, ഏപ്രിൽ 5, 1841

ബ്രമനിലേക്ക് നീയെനിക്കെഴുതാതിരുന്നത് എന്തുകൊണ്ടാണ്? നീ ശരിക്കും എന്റെ കത്തുകൾ ഇനി അർഹിക്കുന്നില്ല. ഇത്തവണത്തേക്ക് ക്ഷമിച്ച്, മാൻഹേമിലെ നിന്റെ ഏകാന്ത മാറ്റി ഉന്മേഷവതിയാകാൻ എഴുതിയേക്കാം. പഴയമുറിക്ക് തൊട്ടടുത്തുള്ള മുറിയിലാണ് ഞാനിപ്പോൾ താമസം. പഴയ മുറി ഇപ്പോൾ സംഗീതത്തിനായി മാറ്റി വച്ചിരിക്കുകയാണ് അവിടെ ഒരു കുന്ന് ഇറ്റാലിയൻ പുസ്തകങ്ങൾക്കിടയിലായിരുന്നു, ഞാൻ. വല്ലപ്പോഴും ഹെർമൻ അല്ലെങ്കിൽ അഡോൾഫുമായി പയറ്റ് പരിശീലിക്കാൻ പുറത്തുവരും. അഗസ്റ്റ്, ഹെർമാൻ, ബർണാഡ് എന്നിവരുമായി കുറേ വട്ടം പരിശീലിച്ചു കഴിഞ്ഞു. അതുകാരണം കൈക്ക് ചെറിയ വിറയലുണ്ട്. ഇന്നത്തെ എന്റെ കൈയക്ഷരം മഹാമോശം. എഴുതിപ്പഠിക്കുകയാണെന്നേ തോന്നൂ. ഇന്നലെ ഞങ്ങൾ വോഹ്വിങ്കലിൽ ചെന്നപ്പോൾ ജിംനേഷ്യത്തിൽ കൂടെ പഠിച്ചിരുന്ന മിക്കവാറും എല്ലാപേരെയും ഞാൻ കണ്ടു.

ഇവിടെ ഒന്നാന്തരം കാലാവസ്ഥയാണ്. എന്നാൽ ഇന്നെനിക്കൊരു മുഷിപ്പൻ യാത്രയുണ്ട്, വെമോണേഴ്സിന്റെ വീട്ടിലേക്ക്, എമിൻ വെമോണറിനോട് നിന്റെ കാര്യം സൂചിപ്പിക്കാം, ലൂയിസ് സ്നെത്ലേജും ഹെർമാൻ സീബലുമായി അടുപ്പത്തിലാണെന്ന് ശ്രുതിയുണ്ട്. അത് അവർ ആസ്വദിക്കുന്നതായി തോന്നുന്നു. ബാർമെൻ പഴയപോലെ ത്തന്നെ എനിക്ക് നിന്നോട് ആകെ പറയാനുള്ളത് എന്നോടുള്ള കടം എത്രയും പെട്ടെന്ന് നിറവേറ്റണമെന്നാണ്.

നിന്റെ ഫ്രെഡറിക്

പത്ത്

ബാർമെൻ, 1841 മേയ് തുടക്കത്തിൽ

പ്രിയപ്പെട്ട മേരീ,

ഇന്നലെ രാത്രി നിനക്കുള്ള കത്ത് എഴുതിത്തുടങ്ങി. മൂന്നുവരിയിൽ കൂടുതൽ എഴുതാൻ കഴിഞ്ഞില്ല അപ്പോഴേക്കും അന്നു വന്ന് അത്രയും ഭാഗം മുറിച്ച് മാറ്റി ശേഷിച്ച ഭാഗം അവളെടുത്തു. നിന്റെ രണ്ടു കത്തുകളും കിട്ടി. ബ്രമനിലേക്കെഴുതിയത് നല്ലൊരു സഞ്ചാരം കഴിഞ്ഞാണ് എനിക്ക് കിട്ടിയത്. വല്ലപ്പോഴുമുള്ള സൽക്കാരത്തിനോ, മഴക്കാലത്തോ, മദ്യപാനോത്സവത്തിനോ, മേയ് മാസത്തിലെ വീഞ്ഞുത്സവത്തിനോ ഒഴികെ ഇവിടം മദ്യരഹിതമാണ്. ആകെയുള്ള നല്ലകാര്യം ദിവസം മുഴുവനുമുള്ള പുകവലിയാണ്. വിലമതിക്കാനാകാത്ത ആഹ്ലാദമാണത്. ബ്രമനിൽനിന്നും വന്ന പെട്ടിയിൽ കുറെ നല്ല സാധനങ്ങളുണ്ടായിരുന്നു. ഒരു ചെറിയ ചുരുട്ട് കൂട്, ആഷ്ട്രേ, പൈപ്പ് സൂക്ഷിക്കാനുള്ള തൊങ്ങൽ മുതലായവ. അച്ഛൻ ഏംഗൽസ് കർഷനിലേക്ക് പോയി. ഞാനിപ്പോൾ അദ്ദേഹത്തിന്റെ സ്റ്റൂളിൽ, അദ്ദേഹത്തിന്റെ തന്നെ ഗൗണും ധരിച്ച്, പുള്ളിക്കാരന്റെ തന്നെ പൈപ്പും കടിച്ചു പിടിച്ച്, തോന്നിയ രീതിയിൽ കഴിയുന്നു. എട്ടോ പത്തോ ദിവസത്തിനകം ഞങ്ങൾ മിലാനിൽപോകും. മേയ് പകുതി വരെ അദ്ദേഹം ഇറ്റലിക്കു പോയില്ല. യാത്രയിൽ ബാസിൻ, സൂറിച്ച് എന്നീ നഗരങ്ങൾ സന്ദർശിച്ചു. അതിനുശേഷം സ്പ്ലൂജനിൽ വച്ച് ആൽപ്സ് പർവ്വതം കുറുകെ കടന്നു. ആകെ ഞങ്ങൾ പ്രതീക്ഷിക്കുന്നത് നല്ല കാലാവസ്ഥയാണ്. ഇവിടെ മഴ വന്നു പോയുമിരിക്കുന്നു. മാൻഹേമിൽ നിനക്കുവന്ന മാറ്റം അറിയാൻ എനിക്ക് അതിയായ താല്പര്യമുണ്ട്. നീ ആ പഴയ, മെലിഞ്ഞ നാടൻപെണ്ണു തന്നെയാണോ അതേ പുതിയ കിറുക്കൻ ആശയങ്ങൾ എന്തെങ്കിലും ഒപ്പിച്ചുവോ. അന്ന കൂടെക്കൂടെ കുസൃതികൾ ഒപ്പിക്കു

എംഗൽസിന്റെ ഇല്ലസ്ട്രേഷൻ

ന്നുണ്ട്. എല്ലാത്തരം കുരുത്തക്കേടുകളുമുണ്ട്. എന്തു പറഞ്ഞാലും മൂന്നാമത്തെ വാക്ക് എന്തൊരു പറ്റിപ്പ് എന്നായിരിക്കും. ഹെർമാൻ ഒന്നാന്തരം വിഷാദരോഗിയായിക്കൊണ്ടിരിക്കുന്നു. പകൽ മുഴുവൻ തലയും കുമ്പിട്ട്, ഒരു വാക്ക് പോലും മിണ്ടാതെ കുത്തിയിരിക്കും. പെട്ടെന്ന് കലി വന്നാൽ അതിൽനിന്നും രക്ഷപ്പെടാൻ അവനു കഴിയില്ല. തെറ്റിദ്ധാരണയുടെ കാര്യത്തിൽ എമിൽ കേമനാണ്, പിടിവാശിയുടെ കാര്യത്തിലൊഴികെ. ഹെഡ്വിമ്മിന്റെ കാര്യത്തിൽ വലിയ മാറ്റമില്ല. റുഡോൾഫ് മുമ്പ് ഹെർമാൻ എങ്ങനെയായിരുന്നുവോ, അതേപോലെ തന്നെ. പകുതി സമയം ദിവാസ്വപ്നം കണ്ടു നടക്കും. ബാക്കി സമയം എന്തെങ്കിലും തമാശകളൊപ്പിക്കും. അവന്റെ ഏറ്റവും വലിയ ഇഷ്ടം ഞാൻ കൊടുക്കുന്ന ചെറിയ കത്തി തട്ടിമറിക്കലാണ്. എലീസെ മിടുക്കിയായി വളർന്നുവരും, തല്ക്കാലം അവൾക്കൊരു പ്രാധാന്യ വുമില്ല. അവൾ വഴക്കത്തിന്റെ ലക്ഷണം കാട്ടുന്നുണ്ട്. ഒടുവിൽ നിന്നെ പിന്നിലാക്കും. എന്റെ കാര്യമെന്താണെന്നോ? എന്റെ നീണ്ടതലമുടിയും ഇപ്പോഴത്തെ പൊടിമീശയും എല്ലാം കൂടി കാണാൻ നല്ല രസമാണ്.

ഇന്നത്തേക്ക് നിനക്കിതു മതി.
മിലാനിൽ ചെന്നിട്ട് നിനക്കെഴുതാം-അവിടെ മഴപെയ്യുന്നെങ്കിൽ.
നിന്റെ ഫ്രെഡറിക്

പതിനൊന്ന്

ബാർമൻ, 1841 ആഗസ്ത് അവസാനം

പ്രിയപ്പെട്ട മേരീ,

ഒരു കാര്യം ഞാൻ മുൻകൂറായി പറയട്ടെ, ശരിക്കും എനിക്കെന്തെങ്കിലും എഴുതാനുണ്ടെങ്കിൽ അത് അധികമൊന്നും കാണുകയില്ല. എന്തുകൊണ്ടെന്നാൽ ഇവിടെ യാതൊന്നും സംഭവിക്കുന്നില്ല. വിവാഹങ്ങൾ, പാർട്ടികൾ എന്നിവയുണ്ടാകും ഞാൻ പങ്കെടുക്കുകയും ചെയ്യും. തീറ്റയും കുടിയും കഴിഞ്ഞാൽ അതിനെപ്പറ്റി അതുമിതും എഴുതുക എനിക്ക് ബുദ്ധിമുട്ടാണ്. അത്തരത്തിലുള്ള കത്തുകളൊന്നും എന്നിൽനിന്നും നിനക്ക് പതിവില്ലല്ലോ. മുകളിലത്തെ നിലയിലെ എന്റെ ചെറിയ മുറിയിലിരുന്നു വായിക്കുക, പുകവലിക്കുക, വാൾ ഒടിയുന്നതുവരെ പയറ്റ് പരിശീലിക്കുക എന്നിവയാണ് എന്റെ നേരംപോക്ക്. ഈ നശിച്ച കാലാവസ്ഥ എന്നെ നിരാശപ്പെടുത്തുന്നു. നനഞ്ഞുകുതിരാതെ എൽബർ ഫീൽഡ് വരെ പോകാൻ കഴിയില്ല. നിർഭാഗ്യമെന്നു പറയട്ടെ, ഇവിടെനിന്നും എൽബർഫീൽഡിനുള്ള യാത്രയിൽ, എന്തെങ്കിലും കുഴപ്പമുണ്ടായാൽ തങ്ങാൻ ഒരിടമേയുള്ളൂ ബീർക്കിർച്ചെ. അവിടെ ഒരു ഗ്ലാസ് ബിയറിന് രണ്ടു വെള്ളി ഗ്രോഷൻ നല്കണം. ഇതൊഴികെ ഇവിടെ യാതൊന്നും മുന്നോട്ടു പോകുന്നില്ല. എല്ലാം പിന്നാക്കമാണ്. ബർലിനിലേക്കുള്ള എന്റെ യാത്രയെപ്പറ്റി കൂടുതൽ വിവരമൊന്നുമില്ല-ഇനിയും വേണ്ടുവോളം സമയമുണ്ട്. ഞാനൊന്നിനെക്കുറിച്ചുമോർത്ത് വേവലാതിപ്പെടുന്നില്ല അത് മറ്റുള്ളവർ ചെയ്യട്ടെ. ഞാനിനി നിനക്കെഴുതണമെങ്കിൽ ആദ്യം നീയെനിക്കെഴുതുക, എന്തെങ്കിലും നല്ല വാക്ക്.

നിന്റെ സഹോദരൻ ഫ്രെഡറിക്

പന്ത്രണ്ട്

പ്രിയപ്പെട്ട മേരീ,

അമ്മ പറയുന്നു കഴിഞ്ഞ തവണ കേവലമൊരു കുറിപ്പല്ലാതെ ഞാൻ നിനക്ക് കത്തയച്ചില്ലെന്ന്, അതും മറുപടിപോലും അർഹി ക്കാത്ത ഒന്ന്. നീയതിനു മറുപടി അയക്കാത്ത സ്ഥിതിക്ക്, വളരെ വിഷമ ത്തോടെ ഞാൻ മനസ്സിലാക്കട്ടെ, നീ അമ്മയുടെ അഭിപ്രായത്തോടു യോജിക്കു ന്നുവെന്ന്. അപമാനമായെന്നു പറയുന്നില്ലെങ്കിലും എനിക്കത് വളരെ വിഷമമായി. ഇന്നു രാത്രി ഞാൻ നിനക്കെഴുതുന്നത്, നിന്നോടു വഴക്കിടാൻ മനസ്സില്ലാത്തതുകൊണ്ടും എനിക്കിന്ന് നല്ല മനസ്സായതു കൊണ്ടുമാണ്. ശരിക്കും നീയൊരു കത്ത് അർഹിക്കുന്നില്ല. അതുമാത്ര മല്ല അമ്മയ്ക്ക് വേണ്ടി ഞാനൊരു നല്ലകാര്യം ചെയ്യുക യാണ്. അതുകൊണ്ട് ഈ കത്തിനു നന്ദിപറയേണ്ടത് ആരോടാണെന്ന് ഇപ്പോൾ നിനക്കു മനസ്സിലായല്ലോ. ഞാനിവിടെ വന്നിട്ട് ആറ് ആഴ്ചയായി. കണ്ടമാനം പുകവലിച്ചു, നല്ലവണ്ണം പഠിച്ചു. എന്നാൽ മുതിർന്നവർ പറയുന്നത് ഞാനൊന്നും ചെയ്യുന്നില്ലെന്നാണ്. ഒരാഴ്ച അല്ലെങ്കിൽ രണ്ടാഴ്ചയ്ക്കകം ഞാൻ ബർലിനിൽ പോകും, എന്റെ കടമ നിർവ്വഹിക്കാൻ. അതായത് കഴിയുന്നിടത്തോളം നിർബ്ബന്ധിത പട്ടാള സേവനമൊഴിവാക്കണം. എന്നിട്ട് ബർമനിലേക്കു മടങ്ങി വരണം. കാര്യങ്ങളുടെ പോക്ക് എങ്ങനെയാണെന്ന് നമുക്ക് കാത്തിരുന്നു കാണാം. ശനി, ഞായർ ദിവസങ്ങളിൽ ആൾട്ടൻബർഗ്ഗിലേക്ക് ഞങ്ങൾക്കൊരു യാത്ര സംഘടിപ്പിക്കേണ്ടിയിരുന്നു. എന്നാൽ അതുകൊ ണ്ട് ഗുണമൊന്നും വരാനില്ല. കാരണം ബ്ളാങ്കിനും റൂത്തിനും അത് സംഘടിപ്പിക്കാൻ കഴിയില്ല. മറ്റെന്തെങ്കിലും തരപ്പെടുത്താൻ കഴിയുമോ യെന്ന് എനിക്കൊന്നു ശ്രമിച്ചുനോക്കണം. കുറേക്കാലമായി ബീയെൻ-ബർഗിൽ പോയിട്ട്. ഒരിക്കൽക്കൂടി അവിടെ പോകണമെന്ന് എനിക്കി

എംഗൽസിന്റെ ഇല്ലസ്ട്രേഷൻ

പ്പോൾ തോന്നുന്നു.

അമ്മയിന്നലെ അഗസ്റ്റ് അങ്കിളിന്റെ വീട്ടിൽപ്പോയി. ഫ്രാലീൻ ജൂലി എംഗൽസ് വളരെ മൗനിയായിരുന്നു എന്നാൽ ഫ്രാലിൻ മത്തിൽ ഡാവെമന്നോർ വളരെ വാചകമടിച്ചു. ഇതിൽനിന്നും നിനക്ക് സ്വന്തം നിഗമനങ്ങളിലെത്താം.

ഇതിനുപുറമെ ഞാൻ അന്നയെ കണ്ടു. അവൾ വളരെ സന്തോഷ വതിയായിരുന്നു. ഒരു രസികനെന്ന നിലയിൽ എമിൽ പുരോഗമി ക്കുന്നുണ്ട്. ഹെഡ്വിഗ് വളരെ അഹങ്കാരിയാകുന്നുണ്ട്. ഹെർമാൻ ഈ പ്രായത്തിലെങ്ങനെയായിരുന്നുവോ, അതുപോലെ റുഡോൾഫ് മന്ദനായിരിക്കുന്നു. മറ്റുള്ളവരുടെ കൂട്ടത്തിൽ എലിസെ വലിയ ജാടക്കാരിയാണ്.

ഇംഗ്ലീഷിൽ നീ അച്ഛനെഴുതിയ കത്ത് ഞാനിന്നുവായിച്ചു. ചുരുക്കം ചില തെറ്റുകളൊഴിച്ചാൽ മൊത്തത്തിൽ നന്ന്.

നിന്റെ സഹോദരൻ
ഫ്രെഡറിക്

പതിമൂന്ന്

ബർലിൻ.ജനു: 5, 1842

എന്റെ പ്രിയപ്പെട്ട മേരീ,

നിനക്കെഴുതാനുള്ള കടമ അവഗണിച്ചതിൽ ഞാനെത്ര കണ്ട് ലജ്ജിക്കണമെന്ന് നിന്റെ കത്ത് എന്നെ ഓർമ്മിപ്പിച്ചു. ശരിക്കും അത് അപമാനകരം തന്നെ. ഈ കുറ്റത്തിന് ഞാൻ യാതൊരു ഒഴിവുകഴിവും പറയുന്നില്ല. അതുകൊണ്ട് മിനിഞ്ഞാന്നു കിട്ടിയ നിന്റെ നല്ല കത്തിന് ഞാനിതാ മറുപടി എഴുതാൻ പോകയാണ്. ഇന്നലെ എനിക്കു കടുത്ത ജ്വരം പിടിപെട്ടു. സംഭവിച്ചത് ഇതാണ്:- എനിക്ക് നല്ല സുഖമില്ലായിരുന്നു. രാവിലെ മുഴുവനും ക്ഷീണത്തിലായിരുന്നു. അപ്പോഴാണ് വെടിവയ്പ് പരിശീലനത്തിന് ഉത്തരവ് കിട്ടിയത്. ശരിക്കും ഞാൻ പീരങ്കിക്കരികിൽ വീണുപോയി. ഞാൻ പരിശീലനം ഉപേക്ഷിച്ചു മടങ്ങി. ഉച്ചയ്ക്കുശേഷം മുഴുവൻ കടുത്ത പനിയായിരുന്നു. ഇന്നു രാവിലെ അല്പം ഭേദമായി. എന്നാലും വെടിവയ്പ് നിലവാരത്തിലെത്തിയില്ല. ജ്വരവും മൂക്കൊലിപ്പും കാരണം രണ്ടുദിവസം അവധിയെടുത്തു. ഇപ്പോൾ അസുഖം ഭേദമായി. ഇനി സ്പോഞ്ച് നേരാവണ്ണം ഉപയോഗിക്കാൻ കഴിയുമെന്ന് പ്രതീക്ഷിക്കുന്നു. കൂട്ടത്തിൽ ഒരുകാര്യം, നീയിതുവീട്ടിൽ പറയേണ്ട. പറഞ്ഞിട്ട് യാതൊരുകാര്യവുമില്ല. പീരങ്കിപ്പനിക്ക് ഡോക്ടർ നിർദ്ദേശിച്ചതെന്താണെന്ന് നിനക്കറിയാമോ? ഉറങ്ങാൻ പോകുന്നതിനുമുമ്പ് ഒരു ഗ്ലാസ് മദ്യം.

അത് ഒന്നാന്തരം ഔഷധമല്ലേ? ഒരു ആർമി ഡോക്ടർ, പ്ളാസ്റ്ററും, കുളയട്ടയും സ്പാനിഷ് ഈച്ചകളുമായിരിക്കുന്ന ഒരു ഡോക്ടർ റീൻഹോൾഡിനേക്കാൾ എത്രയോ നല്ലതാണെന്ന് നിനക്ക് മനസ്സിലായില്ലേ. അത്രയേറെക്കാര്യങ്ങൾ അയാൾ അറിയേണ്ടകാര്യമില്ല.

ഞങ്ങളിവിടെ ശക്തമായ ഔഷധങ്ങളാണ് ഉപയോഗിക്കുന്നത്. ശരിക്കും വൻതോക്ക് ഔഷധങ്ങൾ, ബോംബുകൾ, ഷെല്ലുകൾ മുതലായവ. ഞങ്ങളുടെ കുറിപ്പടികൾ വളരെ ലളിതമാണ്. ഇത്തരത്തിൽ ബ്രമനിൽ എല്ലായ്പ്പോഴും എന്റെ അസുഖം ഭേദമാകുന്നുണ്ട്. ആദ്യം ബിയർ, അതുകൊണ്ട് മാറിയില്ലെങ്കിൽ മദ്യം, അതുകൊണ്ടും അസുഖം മാറിയില്ലെങ്കിൽ അപ്പോൾ ഒരു കവിൾ റം. അതോടെ അസുഖം മാറും അതാണ് പീരങ്കിപ്പടയിലെ ഔഷധപ്രയോഗം. തുകൽകുപ്പായം ധരിച്ച കൈയിൽ നീണ്ടൊരു സ്പോഞ്ചുമായി പീരങ്കിക്കു ചുറ്റും ചാടിത്തുള്ളി നടക്കുന്ന എന്നെക്കണ്ടാൽ നീ ചിരിച്ചു ചിരിച്ചു മണ്ണുകപ്പും. എന്റെ യൂണിഫോം വളരെ നല്ലതാണ്. കറുത്ത കോളറുള്ള നീലക്കുപ്പായം. വീതിയുള്ള രണ്ട് മഞ്ഞവരകൾ. ചുവന്ന ഷോൾഡർ സ്ട്രാപ്പിന്റെ അരിക് വെളുത്തിട്ടാണ്. ആകെക്കൂടി വേഷം അടിപൊളി. പ്രകടനത്തിൽ പങ്കെടുക്കാൻ എന്തുകൊണ്ടും യോഗ്യൻ. ഇവിടെയുള്ള റൂക്കർ എന്ന കവിയെ ഞാൻ ശരിക്കും അസ്വസ്ഥനാക്കി. അയാൾ കവിത വായിച്ചു കൊണ്ടിരുന്നപ്പോൾ ഞാനയാളുടെ തൊട്ടുമുന്നിലിരുന്നു. എന്റെ തിളങ്ങുന്ന ബട്ടണിന്റെ പ്രകാശത്തിൽ അയാളുടെ കണ്ണുമഞ്ഞളിച്ചു. വായിച്ചുകൊണ്ടിരുന്നതിന്റെ തുടർച്ച നഷ്ടപ്പെട്ടു. ഇതിൽ കൂടുതലായി, ഒരു സൈനികനെന്ന നിലയിൽ എനിക്ക് ആരുടെ കതകിനു മുന്നിലും മുട്ടേണ്ടി വന്നിട്ടില്ലാത്തതിൽ ഞാനാഹ്ലാദിക്കുന്നു. ഞാനവരെ കാണാൻ ചെല്ലുമ്പോൾ ശുഭദിനം ആശംസിക്കുകയോ മറ്റു ഉപചാരങ്ങൾ നടത്തുകയോ വേണ്ടിവന്നിട്ടില്ല. ഞങ്ങളുടെ ക്യാപ്റ്റന്റെ ക്വാർട്ടേഴ്സിൽ ഒരിക്കൽ ആരോ വന്നു. യാദൃച്ഛികമായി തന്റെ വാളുറകൊണ്ട് കതകിൽ തട്ടി. തന്റെ കതകിൽ തട്ടിയെന്ന കാരണം പറഞ്ഞ് ക്യാപ്റ്റൻ ഒരാഴ്ചത്തേക്ക് തടവിലിട്ടു. നിനക്കു മനസ്സിലായല്ലോ ഞാനെത്ര കണിശക്കാരനാണെന്ന്. അതിലും കൂടുതലായി എനിക്കുടൻതന്നെ 'ബോംബാർഡിയർ' ആയി സ്ഥാനക്കയറ്റം കിട്ടും. അതൊരു നോൺ കമീഷൻസ് ഉദ്യോഗമാണ്. നെഞ്ചിൽ പതിക്കാൻ എനിക്ക് ഗോൾഡ് ബ്രെയ്ഡ് ലഭിക്കും. അതുകൊണ്ട് ബഹുമാനത്തോടെ വേണം നീ എന്നോടു പെരുമാറാൻ. ഞാൻ ബോംബാർഡിയർ ആയിക്കഴിഞ്ഞാൽ പ്രഷ്യൻ സൈന്യത്തിലെ ഓഫീസറല്ലാത്ത എന്റെ നേതൃത്വത്തിലുള്ള എല്ലാ സൈനികരും എന്നെ സല്യൂട്ട് ചെയ്യണം.

ഫ്രഡറിക് വില്ല്യം മൂന്നാമനെക്കുറിച്ചും ഫ്രഡറിക് വില്ല്യം നാലാമനെക്കുറിച്ചും നീയെന്തിനാണിങ്ങനെ അസംബന്ധം എഴുതുന്നത്? നിങ്ങൾ പെണ്ണുങ്ങൾ രാഷ്ട്രീയത്തിലിടപെടരുത്. നിങ്ങൾക്കതേക്കുറി ച്ചൊന്നും അറിയില്ല. നിന്റെ പ്രായക്കാരായ രാജാവിനെക്കുറിച്ച് കേൾക്കാൻ താല്പര്യമുള്ളതുകൊണ്ട് ഞാനൊരുകാര്യം പറയാം. ഈ മാസം 16–ാം തീയതി തിരുമനസ്സ് ലണ്ടനിൽ പോകുകയാണ്. ഇംഗ്ലീഷ് രാജകുമാരൻ എഡ്വേർഡിന്റെ തലതൊട്ടപ്പനാകാൻ മടക്കയാത്രയിൽ അദ്ദേഹം ഒരുപക്ഷേ, പാരീസ് സന്ദർശിച്ചേക്കും.

എന്നാൽ തീർച്ചയായും കൊളോണിൽ വരും. വസന്തകാലത്ത് അദ്ദേഹം റഷ്യ സന്ദർശിക്കും. തന്റെ സ്യാലനായ റഷ്യയിലെ സാർ ചക്രവർത്തിയുടെ രജതജൂബിലി, പീറ്റേഴ്സ്ഡാമിലും ശരത്കാലത്ത് റൈനിലും ശൈത്യകാലത്ത് ഷാർലറ്റൻബർഹിലും അവധിക്കാലം ആസ്വദിക്കും. എനിക്കിപ്പോൾ ഒരു പ്രഭാഷണം കേൾക്കാൻ പോകണം.

ജനുവരി 6, 1842

കൊളോണിൽനിന്നുള്ള ഒരു നിയമജ്ഞന്, എന്റെ തന്നെ ഗ്രാമത്തിൽനിന്നുള്ള ഒരാൾക്ക് താമസസൗകര്യത്തിനായി ഇന്നു രാവിലെ ഞാൻ മുൻവശത്തെ മുറിയിൽനിന്നും പിൻവശത്തെ മുറിയിലേക്കുമാറി. എന്തൊക്കെയായാലും ആ മുറിയിൽ വേണ്ടത്ര ചൂട് കിട്ടുന്നില്ല. പിറകുവശത്തെ മുറി മുൻവശത്തുള്ളതിനെക്കാളും വിശാലമാണ്. വിചിത്രമായ കാര്യമെന്തെന്നാൽ പിൻവശത്തെമുറി കുറച്ച് ചൂടാക്കിയാൽ എല്ലായ്പ്പോഴും ചൂടുള്ളതായിരിക്കും, മുൻവശത്തെ മുറിയാകട്ടെ ഐസുപോലെയും. മുൻവശത്തെ മുറിയിലെ ജനാലച്ചില്ലു കളിൽ രൂപംകൊള്ളുന്ന ഹിമശിഖരങ്ങൾ ഒരിക്കലും ഉരുക്കിക്കളയാൻ എനിക്കു കഴിഞ്ഞിരുന്നില്ല. എന്നാൽ പിൻവശത്തെ മുറിയിലാകട്ടെ, വിരൽക്കനത്തിൽ ഉറയുന്ന മഞ്ഞ് വസന്തകാലത്തെന്നപോലെ ഉരുകുന്നതു കാണാൻ കഴിയുമായിരുന്നില്ല. ഇപ്പോഴാകട്ടെ ആഹ്ലാദത്തോടെ ആകാശം നോക്കി നില്ക്കാം. എനിക്കിപ്പോൾ ഇവിടെനിന്നും രണ്ടാം റെജിമെന്റ് ഗാർഡിന്റെ ബാരക്കും വെറ്റിനറി സ്കൂളും അതോടെ ചേർന്ന സ്ഥലങ്ങളും കാണാം.

അത്രയ്ക്കൊന്നും അറിയപ്പെടാത്ത ഒരു റൈൻലാൻഡിഷ് റെസ്റ്റാറന്റ് ഇവിടെയുണ്ട്. നമുക്ക് പ്രിയപ്പെട്ട എല്ലാ വീട്ടുവിഭവങ്ങൾ അവിടെ കിട്ടും. എല്ലാ ശനിയാഴ്ചയും പൊരിച്ച ഉരുളക്കിഴങ്ങുകേക്കും ഒരു കോപ്പ കോഫിയുമുണ്ട്. ഇന്നലെ എനിക്ക് ആപ്പിളും ഉരുളക്കിഴങ്ങുമായിരുന്നു. നമുക്ക് വളരെ പ്രിയപ്പെട്ട താറാവ് സൂപ്പ് അവിടെ വിശിഷ്ട വിഭവമാണ്. എന്റെ മനസ്സിലേക്ക് വരാത്ത ഒത്തിരി കാര്യങ്ങൾ വേറെയുണ്ട്. ഇന്നത്തെ ഉച്ചയൂണിന് ഞാൻ കൊതിയോടെ കാത്തിരിക്കുന്ന പന്നിയിറച്ചിയും സ്വേവർക്രാറ്റുമുണ്ട്. ഇന്നലെ ഞങ്ങൾക്ക് റീനിഷ് ഇറച്ചിക്കറി വിളമ്പേണ്ടതായിരുന്നു. എന്നാൽ ആവശ്യത്തിന് ഗോതമ്പുപൊടി ഉണ്ടായിരുന്നില്ല. അതുകൊണ്ട് കാത്തിരുന്ന യീസ്റ്റ് പാൻകേക്കും കിട്ടിയില്ല.

ഇന്നത്തെ ദിവസം വളരെ നന്ന്. സൂര്യൻ ശരിക്കും നന്നായി പ്രകാശിക്കാൻ തുടങ്ങുന്നു. ഇതെനിക്ക് വളരെ സന്തോഷമുള്ള കാര്യമാണ്. ഇന്ന് ഡിന്നർ കഴിഞ്ഞ് നടക്കാൻ പോകണം. വൈകുന്നേരം ഷെല്ലിങ്ങിന്റെ പ്രഭാഷണമില്ലാത്തതിനാൽ, സായാഹ്നം മുഴുവൻ തനിച്ചിരുന്ന്, തടസ്സം കൂടാതെ കാര്യമായി എന്തെങ്കിലും ചെയ്യാം.

പ്രാദേശിക തീയേറ്റർ വളരെ നന്ന്. നല്ല സെറ്റ്, ഒന്നാന്തരം

അഭിനേതാക്കൾ, എന്നാൽ പാട്ടുകാർ മഹാമോശം. അതുകൊണ്ട് പലപ്പോഴും ഒപ്പേറയ്ക്ക് പോകാറില്ല. നാളെ പുതിയൊരു നാടകമുണ്ട്. വെർഡർ രചിച്ച *കൊളംബസ്*. ഇത് അമേരിക്ക കണ്ടുപിടിച്ച കൊളംബസിനെക്കുറിച്ചുള്ളതാണ്. വെർഡർ ഇവിടുത്തെ യൂണിവേഴ്സിറ്റി പ്രൊഫസറാണ്. നിഷേധത്തിന്റെ ആഴങ്ങൾ അറിയുന്ന ആളാണ് അദ്ദേഹം. വളരെ വളരെ സന്തോഷത്തോടെ ഞാൻ പറയട്ടെ നാളെത്തെ ഷോ നിറഞ്ഞുകവിയും അതിന്റെ നിറവിനു ഞാനും പങ്കാളിയാവും. രണ്ട് രംഗങ്ങൾ കടലിൽ കിടക്കുന്ന കപ്പലിൽ നടക്കുന്നതായിട്ടാണ് അവതരിപ്പിക്കുന്നത്. അത് കാണാൻ രസമായിരിക്കും.

നിനക്ക് ഈ ചിത്രത്തിൽ, തോളിൽ അലങ്കാരപ്പണികൾ നടത്തിയ എന്റെ യൂണിഫോം കാണാം. ഏറ്റവും റൊമാന്റിക് ആയ രീതിയിൽ, എന്നാൽ ഇത് തികച്ചും നിയമവിരുദ്ധമാണ്. ഈ വേഷത്തിൽ ഞാൻ തെരുവിലിറങ്ങിയാൽ ഏതു നിമിഷവും അറസ്റ്റ് ചെയ്യപ്പെടാം- അതത്ര സന്തോഷമുള്ള കാര്യമല്ല, എന്റെ യൂണിഫോമിലെ ഒരു ബട്ടണോ കോളറിലെ ഒരു കുടുക്കോ ഇട്ടിട്ടില്ലെങ്കിൽ ഏതൊരു ഓഫീസർക്കും അല്ലെങ്കിൽ ഒരു നോൺ കമീഷൻഡ് ഓഫീസർക്കുപോലും എന്നെ അറസ്റ്റുചെയ്ത് തടവിലിടാം. അപ്പോൾ നിനക്ക് മനസ്സിലായില്ലേ ഒരു സൈനികനാകുന്നത് എത്ര അപകടകരമാണെന്ന്. സമാധാനകാലത്തുപോലും ഇതാണ് സ്ഥിതി. സന്തോഷകരമായ ഒരു കാര്യം. എല്ലാ നാല് ആഴ്ചകളിലും പള്ളിയിൽ പോകുന്നതാണ്. ഒരിക്കലൊഴിച്ച് എല്ലായ്പ്പോഴും ഞാനതിൽനിന്നും ഒഴിഞ്ഞുമാറും. ഒരുമണിക്കൂർ മുറ്റത്ത് നില്ക്കണം. ഭാരമേറിയ യൂണിഫോം ധരിച്ച്, തണുത്തുവിറച്ച് വേണം, മഞ്ഞുപോലെ തണുത്ത പള്ളിക്കകത്തു ചെല്ലാൻ. അവിടെച്ചെന്നാലോ അച്ചൻ പറയുന്നതൊന്നും കേൾക്കാനും പറ്റില്ല. ശബ്ദസംവിധാനം അത്രയ്ക്ക് മോശമാണ്. ഇതൊക്കെ നല്ല കാര്യമല്ലേ? പെട്ടെന്ന് മറുപടി എഴുതുക.

നിന്റെ സഹോദരൻ
ഫ്രെഡറിക്

കത്ത് ഒട്ടിക്കാനുപയോഗിക്കുന്ന പശ ഏറ്റവും നല്ലതല്ല.

പതിനാല്

ബർലിൻ
16/04/1842

പ്രിയപ്പെട്ട മേരീ,

ഈ ഉണങ്ങിയ റോസ് ആറ് മാസമായി എന്റെ മേശവലിപ്പിൽ സൂക്ഷിച്ചിരുന്നതാണ്. ഇത്രയും നാളും എഴുതാതിരുന്നതിന് നഷ്ടപരിഹാരമായി നിനക്കു നല്കുന്നു. ഏറെ നാൾ കാത്തിരുന്നു. മുഷിപ്പിച്ചതിൽ വിഷമമുണ്ട്. മിസ്റ്റർ ഹോസ്റ്ററേയ് നിന്റെ കുറിപ്പ് എനിക്ക് കൈമാറി. ആസ്ട്രിയൻ കസ്റ്റംസ് ഓഫീസറന്മാരുടെ കണ്ണ് വെട്ടിക്കാൻ, തന്റെ ട്രൗസർ പോക്കറ്റിലിട്ട് ചുക്കിച്ചുളിച്ചതിൽ അദ്ദേഹമെന്നോടു ക്ഷമചോദിച്ചു, നല്ല ഒന്നാന്തരം ജർമ്മൻ ഭാഷയിൽ. ഇനിയും നിന്നെ കാത്തിരുന്നു മുഷിപ്പിക്കാൻ ഞാൻ ഇഷ്ടപ്പെടുന്നില്ല. അതുകൊണ്ട് ഞാനിപ്പോൾതന്നെ എഴുതുന്നു. എന്തിനെക്കുറിച്ചെഴുതണം. സത്യത്തിൽ എനിക്കറിയില്ല. ഇന്ന് 8 മണി മുതൽ പതിനൊന്നര മണി വരെ പരേഡ് നടത്തിയ കാര്യം എഴുതണോ? പരേഡിനിടയിൽ ലെഫ്റ്റനന്റ് കേണൽ ശകാരിച്ചത് എഴുതണോ? അടുത്ത ഞായറാഴ്ച ചർച്ച് പരേഡുള്ള കാര്യം എഴുതണൊ? കൈയിലിരുന്ന നല്ല ചുരുട്ടുകളെല്ലാം തീർന്നു. കഴിഞ്ഞ കുറെ ദിവസങ്ങളായി വാൾമ്യൂളറിന്റെ കടയിൽനിന്നു കിട്ടുന്ന ബിയർ വളരെ മോശമാണ്. സ്നെത്ലാഷസിനു വേണ്ടി ഞാൻ ഓർഡർ നല്കിയ രണ്ടു പാന ഇഞ്ചി എടുത്തുകൊണ്ടു വരണം. ഇതൊക്കെയല്ലാതെ എന്തെഴുതാൻ–ഇനി നാളയാകട്ടെ.

ഇന്ന് ഏപ്രിൽ 15 വെള്ളി. ഞാൻ സവാരിക്കിറങ്ങുന്നു. കാലാവസ്ഥ ഏറെ മെച്ചപ്പെട്ടിട്ടുണ്ട്. എന്റെ വീടിനുമുമ്പിൽ നിരനിരയായി കുതിരവണ്ടികൾ സ്ഥാനം പിടിച്ചിട്ടുണ്ട്. കുതിരവണ്ടിക്കാർ മിക്കപ്പോഴും പൂസ്സായിരിക്കും. അവരെന്നെ നന്നായി രസിപ്പിക്കുകയും ചെയ്യും.

എപ്പോഴെങ്കിലും പുറത്തേക്കു പോകണമെങ്കിൽ എനിക്കിതുവളരെ സൗകര്യമാണ്. ഒന്നാമത്തെ നിലയിൽ നന്നായി സജ്ജീകരിച്ച മുറിയിലാണെന്റെ താമസം. അതിന്റെ മുൻഭാഗത്തെ ഭിത്തി, ചെറിയ തൂണുകൾകൊണ്ട് വേർതിരിച്ച മൂന്ന് ജനാലകൾ ചേർന്നതാണ്. അതുകൊണ്ട് മുറിയിൽ നല്ല വെളിച്ചവും സൗകര്യവുമാണ്.

ഇന്നലെ ഈ കത്തെഴുതിക്കൊണ്ടിരുന്നപ്പോൾ എനിക്കൊരു തടസ്സമുണ്ടായി. നാളെ മിക്കവാറും ഞങ്ങൾക്ക് പരേഡ് ഉണ്ടാവില്ല എന്നു പറയാൻ എനിക്ക് അതിയായ സന്തോഷമുണ്ട്. ചക്രവർത്തി ഫ്രെഡറിക് വില്ല്യം നാലാമൻ പോട്ട്സ്ഡാം, ബ്രാൻഡൻബർഗ്ഗ് എന്നിവിടങ്ങളിലേക്കു പോകാൻ സദയം സമ്മതിച്ചിരിക്കുന്നു. എനിക്കതൊക്കെ നന്നേ ബോധിച്ചു. എന്തെന്നാൽ നാളെ ആ ശപിക്കപ്പെട്ട കൊട്ടാരമുറ്റത്ത് ചുറ്റിത്തിരിയാൻ എനിക്ക് യാതൊരു ആഗ്രഹവുമില്ല. ഞങ്ങൾക്ക് നാളെ പരേഡുണ്ടാവില്ലെന്നു നമുക്ക് പ്രതീക്ഷിക്കാം. ഗ്രൂട്ട്സ്മാക്കറിൻ ഞങ്ങൾക്ക് ആകർഷകമായ കസർത്തുണ്ട്. ഗ്രൂട്ട്സ്മാക്കർ തുറസ്സായ വിശാല പ്രദേശമാണ്. അവിടം മുട്ടറ്റം മണലാണ്. അവിടെ ചെന്നാൽ ആഹ്ലാദകരമായ ഒരു ആവേശമുണ്ടാകും. ഞാൻ അംഗമായിട്ടുള്ള 12-ാം ഗാർഡ്സ് പീരങ്കിപ്പടയും ആവേശജനകമാണ്. എന്നാൽ അത് നെഗറ്റീവാണെന്നു മാത്രം. പോസിറ്റീവും നെഗറ്റീവും കൂട്ടിയിടിക്കുമ്പോൾ അന്തരീക്ഷത്തിൽ ആശയക്കുഴപ്പവും അരാജകത്വവും ഉണ്ടാകും. അത് മേഘങ്ങളെ ആകർഷിക്കും. അല്ലെങ്കിൽ ഞങ്ങളുടെ കമ്പനി ചെല്ലുമ്പോഴൊക്കെ ഗ്രൂട്ട്സ്മാക്കറിൽ മഴയോ മഞ്ഞോ പെയ്യുന്നതെന്തു കൊണ്ടാണെന്ന് എനിക്ക് വിശദീകരിക്കാൻ കഴിയില്ല. കൂട്ടത്തിൽ പറയട്ടെ നാലാഴ്ചയായി ഞാനാണ് പീരങ്കി വെടിയുതിർക്കുന്നത്. ഒരു പക്ഷേ, നിനക്കറിയില്ലെങ്കിൽ പറഞ്ഞേക്കാം. ഞാനിപ്പോൾ ചുവന്ന അരികുള്ള നീലക്കോളറാണ് ധരിക്കുന്നത്. ഇതൊന്നും നിനക്ക് മനസ്സിലാവില്ല. അതൊന്നും യഥാർത്ഥത്തിൽ ആവശ്യമുള്ളതല്ല. പീരങ്കി വെടിയുതിർക്കുന്ന ആളാണ് ഞാൻ എന്നറിഞ്ഞാൽ ധാരാളമായി.

മിസ്റ്റർ ലിസ്റ്റ് ഇവിടെവന്ന് പിയാനോ വായിച്ച് സുന്ദരികളെ കൈയിലെടുത്തത് തീർച്ചയായും നീയറിഞ്ഞിട്ടുണ്ടാവില്ല. ബർലിനിലെ പെണ്ണുങ്ങൾ അദ്ദേഹത്തിൽ ആവേശഭരിതരായി. കച്ചേരിക്കിടയിൽ അദ്ദേഹം ഊരിയിട്ട ഗ്ലൗസിനുവേണ്ടി പെണ്ണുങ്ങൾക്കിടയിൽ തുറന്നൊരു പോരാട്ടം തന്നെ നടന്നു. ചുരുക്കത്തിൽ രണ്ടു സഹോദരിമാർ തമ്മിൽ കടുത്ത ശത്രുതയിലായി. കാരണം ഒരുത്തിക്ക് ഗ്ലൗസ് കിട്ടിയെന്നതു തന്നെ. ഷ്ളിപ്പെൻബാക്ക് പ്രഭ്വി തന്റെ യു ഡി കൊളോൺ കുപ്പിയിലെ യു ഡി കൊളോൺ കളഞ്ഞിട്ടാണ്, ലിസ്റ്റു കുടിച്ചു ബാക്കി വന്ന ചായ ആ കുപ്പിയിൽ ശേഖരിച്ചത്. ആ കുപ്പി അവർ ഭദ്രമായി അടച്ച് എഴുത്തുമേശയ്ക്കുമേൽ വച്ചു. എന്നും കണ്ണിനു സദ്യയാവാനും അദ്ദേഹത്തിന്റെ നിതാന്തമായ ഓർമ്മയ്ക്കുവേണ്ടിയും. ഇതേ ആശയത്തിൽ ഒരു കാർട്ടൂൺ പുറത്തിറങ്ങി. ഇതുപോലൊരു കോളിളക്കം

മുമ്പുണ്ടായിട്ടില്ല. ചെറുപ്പക്കാരികൾ അദ്ദേഹത്തിനുവേണ്ടി ഗുസ്തി പിടിച്ചു. എന്നാലദ്ദേഹം അവരെ തഴഞ്ഞു. രണ്ടു വിദ്യാർത്ഥികളു മൊന്നിച്ച് ഷാംപെയിൻ കുടിക്കാൻ പോയി. എന്നാൽ സുന്ദരനും സുമുഖനും സൗമ്യനുമായ ലിസ്റ്റിന്റെ സ്വർഗ്ഗീയ ചിത്രം എല്ലാ വീടുകളിലുമെത്തി. ഞാൻ അദ്ദേഹത്തിന്റെ ഒരു ചിത്രം വരയ്ക്കാം. ഇതാണ് കാംചത്കാ ഹെയർസ്റ്റൈലുള്ള ആ മനുഷ്യൻ. ഇവിടെ അദ്ദേഹം 10000 ടാലർ സമ്പാദിച്ചിട്ടുണ്ടാവും അദ്ദേഹത്തിന്റെ ഹോട്ടൽ ബിൻ 3000 ടാലർ ആയിട്ടുണ്ടാവും. മദ്യക്കടയിൽ ചെലവഴിക്കുന്നതിനുപുറമെയാ ണിത്. ഒരു കാര്യം ഞാൻ പറയാം. ആളൊരു പച്ച മനുഷ്യനാണ്. ഒരു ദിവസം ഇരുപത് കപ്പ് കാപ്പി കുടിക്കും എല്ലാ കപ്പിലും രണ്ട് ഔൺസ് കാപ്പി. പത്ത് കുപ്പി ഷാംപെയിൻ കുടിക്കും. നിരന്തരമായ മദ്യലഹരിയി ലാണ് ജീവിതമെന്ന് ഉറപ്പിക്കാം. അദ്ദേഹമിപ്പോൾ റഷ്യക്ക് പുറപ്പെട്ടിരി ക്കയാണ്. അവിടുത്തെ പെണ്ണുങ്ങൾക്കും വട്ടു പിടിക്കുമോ എന്നാണ് ആൾക്കാരുടെ പേടി.

എനിക്കു പുറത്തുപോകണം. അതുകൊണ്ട് കത്തു ചുരുക്കുന്നു. വിട വേഗം മറുപടി എഴുതുക.

നിന്റെ സഹോദരൻ
ഫ്രെഡറിക്

മേരി എംഗൽസിന്

സെപ്തംബർ 9,1841 ന് മേരിക്കെഴുതിയ ഒരു കത്തിന്റെ അനുബ ന്ധമാണിത്.

ഇഡയെ പ്രേമിക്കുന്ന ആൽബർട്ട് മൊളീനിയസ് എന്ന ദൈവങ്ങ ളുടെ പുത്രൻ ഒരു ഫ്രഞ്ചുകാരന്റെ മുന്നിൽ നല്ലൊരു കഥ പറഞ്ഞു. “പെട്രൂസ് പുണ്യാളൻ സ്വർഗ്ഗകവാടത്തിൽ നില്ക്കുകയായിരുന്നു. എൽബർ ഫീൽഡിലെ പെയ്ന്ററായ കോട്ട്ജന്റെ മുന്നിൽ വീൻബ്രണ്ണർ എന്ന സംഗീതജ്ഞനെത്തി. കോട്ട്ജൻ താങ്കൾ വളരെ നിശ്ശബ്ദനാണ്. ഞങ്ങളോട് എന്തെങ്കിലും പറയൂ. ഒടുവിൽ കോട്ട്ജൻ പറഞ്ഞു: കഴിഞ്ഞ രാത്രിയിൽ ഞാൻ നല്ലൊരു സ്വപ്നം കണ്ടു. ഞാൻ സ്വർഗ്ഗകവാടത്തിൽ മുന്നിലായിരുന്നു. പ്രശസ്തരായ എല്ലാ കലാകാരന്മാരുടെ അവിടെയു ണ്ടായിരുന്നു - മേയ്ബീർ എന്ന് ഉത്തരം. കലാകാരന്മാർക്കിവിടെ സ്ഥാന മില്ലെന്ന് പെട്രൂസ്. ഹൊറേഡ്വെർണറ്റ് മുന്നോട്ടു വന്നു. ആരവിടെയെന്ന് പെട്രൂസ് വീണ്ടും ഹൊറേഡ്വെർണറ്റ് എന്ന് ഉത്തരം കലാകാരന്മാർക്ക് സ്ഥാനമില്ലെന്ന് പെട്രൂസ് പിന്നീട് വീൻബ്രണ്ണൻ മുന്നോട്ടു വന്നു എന്താ ണവിടെ നടക്കുന്നതെന്ന് പെട്രൂസ്. ഞാൻ വീൻബ്രണ്ണറാണെന്നുത്തരം. അപ്പോൾ പെട്രൂസ് പറഞ്ഞു. ദയവായി കടന്നുവരിക! തമാശയിതാണ്- വീൻബ്രണ്ണർ കലാകാരനല്ല. ഫ്രഞ്ച് ഭാഷ നന്നായി അറിയുന്ന ചെറുപ്പ ക്കാരൻ അക്കാര്യം വിട്ടുകളഞ്ഞു. ഇപ്പോൾ മനസ്സിലായില്ലേ എന്തു തരം ആൾക്കാരാണ് നിന്റെ സ്യാലനാവാൻ കച്ച കെട്ടിയിറങ്ങിയിരിക്കുന്നതെന്ന്!

ഫ്രെഡറിക്

മേരീ എംഗൽസിന് ബോണിലേക്ക് ഫ്രെഡറിക് എംഗൽസ് എഴുതുന്നു

ബർലിൻ ജൂലൈ 2, 1842

പ്രിയപ്പെട്ട മേരീ,

മഹത്തായ മാൻഹേം ഇൻസ്റ്റിറ്റ്യൂട്ടിൽനിന്നും ഫ്രാലീൻജംഗിന്റെ സെൻസർഷിപ്പിൽനിന്നും പുറത്തായതിൽ ഞാൻ നിന്നെ അഭിനന്ദിക്കുന്നു. നിന്നെ കൂടുതൽ അസംതൃപ്തയാക്കേണ്ടെന്നു കരുതിയാണ് ഞാൻ മുമ്പ് ഇക്കാര്യം എഴുതാതിരുന്നത്. എന്നാൽ ഒരു കാര്യം ഞാൻ പറയാം. ഈ ബോർഡിങ് സ്കൂളുകൾ ശുദ്ധഅസംബന്ധങ്ങളാണ്. നിന്നെപ്പോലെ ആഹ്ലാദമുള്ളവരല്ലെങ്കിൽ അവിടുത്തെ പെൺകുട്ടികൾ തലയ്ക്കകത്തൊന്നുമില്ലാതെ നശിച്ച് വെറും ശൃംഗാരികളായിത്തീരും. എന്തുചെയ്യാം ബാർമനിലെ രീതി ഇപ്പോഴിങ്ങനെയാണ്. ആർക്കും ഒന്നും ചെയ്യാൻ കഴിയില്ല. കോൺവെന്റിൽനിന്നു പുറത്തായതിനാൽ സന്തോഷിക്കുക. വീണ്ടും ജനാലയ്ക്കരികിലിരിക്കും. തെരുവുമുറിച്ചു കടക്കാം കുറ്റകൃത്യങ്ങളെന്നു കണക്കാക്കപ്പെടാതെ മണ്ടത്തരങ്ങൾ വിളിച്ചു പറയുകയും ചെയ്യാമല്ലോ? ഒരു കാര്യം ഞാൻ പറഞ്ഞേക്കാം ബാർമനിലെ ചാട്ടത്തിൽ വീണു പോകരുത് - പ്രേമത്തിലേക്കുള്ള ചാട്ടം. അതൊരു താണതരം കളിയാണ്. ചെറുപ്പക്കാരൊക്കെ വിവാഹത്തിലേക്കു തലകുത്തിവീഴുകയാണ്. അവർക്ക് വട്ടാണെന്നു തോന്നുന്നു. അവർ പരസ്പരം തട്ടിവീഴുകയാണ്. ശരിക്കുമൊരു കണ്ണുകെട്ടിക്കളി! ഒടുവിൽ രണ്ടുപേർ പരസ്പരം പിടിക്കുന്നു, നിശ്ചയത്തിലേർപ്പെടുന്നു, വിവാഹം കഴിക്കുന്നു സംതൃപ്തിയോടെ ജീവിക്കുന്നു. നിന്റെ രണ്ട് കസിന്റെയും കാര്യം നോക്കുക. ലൂയിസ് സ്നെത്‌ലാഷ്, അവൾക്കൊരു ഭർത്താവിനെക്കിട്ടി. ആള് മോശമല്ല. പക്ഷേ, നരച്ചവൻ. ഇഡയുടെ കാര്യമെടുക്കുക. അവളും ഒരുത്തനെ ഒപ്പിച്ചു. അവനെക്കുറിച്ചും എനിക്ക് വലിയ അഭിപ്രായമൊന്നുമില്ല. ശരിക്കും അവനെന്റെ സ്യാലനാണ്. അതുകൊണ്ട്

അവനെ തള്ളിക്കളയാൻ പറ്റില്ല. എന്നാൽ ഈ പെട്രൂസ് പുണ്യാളൻ, ഈ കോമളന്, ഈ സിംഹം, ഈ ആൽബർട്ട് മൊളീനിയസിന്റെ സ്യാലനായി വേണോയെന്ന് അവരെന്നോട് ചോദിക്കാത്തതിൽ എനിക്ക് കുണ്ഠിതമുണ്ട്. അവൻ അതിന്റെ കണക്കുപറയേണ്ടി വരും. അതുപോലൊരു കാമുകനാണ് നിനക്ക് വേണ്ടതെങ്കിൽ ദിവസവും ഓരോ ഡസൻ അയച്ചുതരാം. ഓരോ ദിവസവും ഓരോ പുതിയ ഡസൻ. ഇതൊക്കെ സംഭവിക്കാൻ അനുവദിക്കുന്നത് എന്റെ ഔദാര്യം. ഞാനതിനെ എതിർക്കുകയെങ്കിലും ചെയ്യണമായിരുന്നു.

സ്കോൺസ്റ്റീൻ പോലും വിവാഹം നിശ്ചയത്തിലേർപ്പെട്ടു-അത് ഭയങ്കരമായിപ്പോയി! സ്ട്രൂക്കർക്ക് ഒരു ഭർത്താവാകണം - അത് വിചിത്രമായിത്തോന്നുന്നില്ലേ? ഞാൻ ഈ മാനവരാശിയെ ഓർത്തു നിരാശപ്പെടാൻ തുടങ്ങുന്നു, മേരീ നീയും അങ്ങനെയായിത്തീർന്നാൽ ഞാനൊരു മനുഷ്യവിദ്വേഷിയായിത്തീരും. ഇല്ല നീയങ്ങനെ ചെയ്യില്ല. നിന്റെ സഹോദരന് അത്തരം വേദനയുണ്ടാക്കാൻ നീ കാരണമാവില്ല.

വീണ്ടും നശിച്ച മഴ, പിതൃഭൂമിക്കുവേണ്ടിയുള്ള സേവനത്തിൽ ഈയാഴ്ച നാലുതവണ നനയേണ്ടിവന്നു. രണ്ടുതവണ മഴ നനഞ്ഞ്, രണ്ടുതവണ വിയർപ്പ് കൊണ്ടും. പത്രം നോക്കാൻ വായന മുറിയിലേക്കു പോകുകയാണ്. അഞ്ചാമതൊരു തവണ മഴനനയാൻ ഞാനില്ല. ഞാൻ നനയണോ?

നിന്റെ സഹോദരൻ
ഫ്രെഡറിക്

മേരി എംഗൽസിന്, ഒസ്റ്റെൻഡിലേക്ക് ഫ്രെഡറിക് എംഗൽസ് എഴുതുന്നു

ബർലിൻ
ആഗസ്ത് 2, 1842

പ്രിയപ്പെട്ട മേരീ,

നിന്റെ സുദീർഘമായ കത്ത് എനിക്ക് വളരെ ഇഷ്ടമായി. ഒത്തിരി താളുകളിൽ കുനുകുനെ എഴുതിയതിനാൽ നിന്റെ പ്രബോധനം ഞാൻ ഓടിച്ചു വായിച്ചു. സത്യം പറയട്ടെ നീ എന്തിനാണെന്നെ കുറ്റപ്പെടുത്തുന്നതെന്ന് മനസ്സിലായില്ല. തന്റെ പ്രിയപ്പെട്ട സ്ഥാപനത്തെ ഹെർമൻ 'കോൺവെന്റ്' എന്നു വിളിച്ചിതിൻ ഫ്രാലീൻ യുങ്മുഖം വീർപ്പിച്ചതും ഹെർമാനെ കൊള്ളരുതാത്തവൻ എന്നു വിളിച്ചതും എനിക്ക് മനസ്സിലാവും. ഭാഗ്യമെന്നു പറയട്ടെ കൊള്ളരുതായ്മയെ സംബന്ധിച്ച് നിന്റെ മുൻമേധാവി സിൻ റെക്കോർജറെപ്പോലെ എല്ലാവർക്കും മോശമായ അഭിപ്രായമല്ല അതൊരു നല്ല കാര്യമാണ്. അല്ലായിരുന്നുവെങ്കിൽ നമ്മുടെ രണ്ടുപേരുടെയും കാര്യം എന്താകുമായിരുന്നു? എന്നോടും എന്റെ ക്യാപ്റ്റൻ മുരളുകയും ഉച്ചത്തിൽ സംസാരിക്കുകയും ചെയ്തു. ഞാനതൊക്കെ സഹിച്ചു. ആരാണിതൊക്കെ ശ്രദ്ധിക്കാൻ പോകുന്നതെന്ന് ഞാൻ സ്വയം പറഞ്ഞു. മൂക്കിൽ വിരലിട്ടു കോക്കിരി കാട്ടുകയും ചെയ്തു. കഴിഞ്ഞ ബുധനാഴ്ചയിലെന്നപോലെ അയാൾ എന്നോട് കാലുഷ്യം കാണിക്കുമ്പോൾ, എന്റെ ഓർഡർലി എന്നോട് ക്ഷമിക്കാതിരിക്കുമ്പോൾ, നട്ടുച്ചയ്ക്ക് പീരങ്കിയുടെ അസാദ്ധ്യമായ കാര്യമെന്തെങ്കിലും ചെയ്യാൻ പറയും. ഞാനപ്പോൾ സുഖമില്ലെന്ന് റിപ്പോർട്ടുചെയ്യും. രാത്രിയിലെ മാർച്ചും രണ്ടുമണിക്കൂർ നേരത്തെ കസർത്തും ഒഴിവാക്കാൻ ഞാനിത്തവണ പല്ലുവേദനയാണെന്നും പറഞ്ഞു. നിർഭാഗ്യമെന്നു പറയട്ടെ ഇന്നു വീണ്ടും ഡ്യൂട്ടിക്ക് വിളിച്ചു. എന്നിരുന്നാലും എനിക്കി

ഷ്ടമാണെങ്കിൽ ഒന്ന് ഉലാത്താൻ പോകും. ബർലിൻ വലിയൊരു സ്ഥലമാണ്. എന്റെ കമ്പനിയിൽ എന്നെ അറിയാവുന്നവർ മൂന്ന് ഓഫീസർമാർ മാത്രമാണ്. അതുകൊണ്ട് വഴിക്കുവച്ചു കണ്ടുമുട്ടാൻ സാദ്ധ്യത വളരെക്കുറവാണ്. ഒരേയൊരു സാദ്ധ്യത അവർ കമ്പനി ഡോക്ടറെ അയക്കുന്നതാണ്. പക്ഷേ, അതിന് കുറെ സമയം പിടിക്കും. ഡോക്ടർ എന്നെ കണ്ടില്ലെങ്കിൽ നടക്കാവുന്ന ഏറ്റവും മോശമായ കാര്യം എനിക്ക് നല്ല തെറി കേൾക്കാമെന്നതാണ്. ആര് ശ്രദ്ധിക്കാൻ!

പരിചയക്കാരെ സൃഷ്ടിക്കുന്നതിൽ നിനക്ക് അപാരമായ സാമർത്ഥ്യമുണ്ടെന്നു തോന്നുന്നു. ബോണിൽ വന്നിട്ട് നാല് ആഴ്ചയേ ആയിട്ടുള്ളൂ. അതിനിടയ്ക്ക് പകുതിയോളം യൂണിവേഴ്സിറ്റിയുടെ പേരുകൾ പഠിച്ചു. ദിവസം ആറുതവണ കാണാൻ കഴിയുന്ന ഒരു മുടന്തൻ വിദ്യാർത്ഥിയെ സ്വയം കണ്ടെത്തുകയും ചെയ്തു. ചെക്കനാണെങ്കിൽ കണ്ണടയൊക്കെ ഫിറ്റ് ചെയ്ത് ഒരു നല്ല താടിക്കാരൻ! ദ്വന്ദ്വ യുദ്ധത്തിലായിരിക്കണം അവന്റെ കാലിന് വെടിയേറ്റത്. നടക്കുമ്പോൾ മാത്രം അവൻ മുടന്തുന്നതെന്തുകൊണ്ടാണ്? അവന്റെ മുടന്ത് സാധാരണപോലെയാണോ അതോ കാണാൻ നല്ല രസമാണോ? പൂവൻ കോഴിയുടെ തൂവൽ കൊണ്ട് അലങ്കരിച്ച തൊപ്പിയാണോ അവന്റേത്. അവൻ മുടന്തൻ പിശാചായിരിക്കില്ലേ കണ്ണട വച്ച, താടിയുള്ള മുടന്തനായ രസികനായ ഈ വിദ്യാർത്ഥിയെക്കുറിച്ച് എനിക്ക് കൂടുതലറിയാൻ താല്പര്യമുണ്ട്.

ഒസ്റ്റൻഡേയിലും നീ സുഹൃത്തുക്കളെ സമ്പാദിക്കുന്നുണ്ടോ? അവിടെ കടൽത്തീരത്ത് ആറ് തവണ സന്ദർശനം നടത്തുന്ന രസികനായ ഒരു മുടന്തൻ ഫ്ളെമിങ് ഉണ്ടോ? നോക്കൂ ഞാനതെക്കുറിച്ചൊരു കവിതയെഴുതി.

കോൺവെന്റ് വിട്ടതിലാഹ്ലാദം
സ്വതന്ത്രമായി സവാരി ചെയ്യാം.
ചിരിക്കാം വെടിപറഞ്ഞു രസിക്കാം
ജാലകപ്പടിയിൽ വെറുതെ കിടക്കാം.
ചുറ്റിലുമെപ്പോഴും ഡ്യൂവെന്നാസിന്റെ
കണ്ണുള്ളപ്പോൾ, മുറിയടച്ചൊറ്റയ്ക്ക്
പഠിക്കാനിരിക്കുമ്പോൾ, തടങ്കലിലെന്നപോൽ
മനസ്സെത്ര വേദനാനിർഭരമായിരുന്നു!
പുറംലോകത്ത്, ഹിഡൻബർഗേഴ്സിന്റെ
ആനന്ദഗാനം പലപ്പോഴും ഞാൻ കേട്ടിരുന്നു.
ജനാലയ്ക്കലെത്തി, ചുണക്കുട്ടന്മാരെ
കാണാൻപോലും കഴിയുന്നില്ല
ഒടുവിലിപ്പോൾ ഞാൻ സ്വതന്ത്രയായി
ഞാനിതാ പുതുസ്വാതന്ത്ര്യം നുണയുന്നു
നരച്ച ഈ വിരസതയ്ക്കപ്പുറം
പുതുജീവിതമെന്നെ കാത്തിരിക്കുന്നു.

പുതുവസ്ത്രങ്ങളണിയാം
സുന്ദരമായ വേഷം ധരിക്കാം
ഏറ്റവും മുന്തിയ അക്കാദമികളിലെ
മുന്തിയ അക്കാദമികൾ സന്ദർശിക്കാം!
പോപ്പൻസ് ഡോർഫ് കോയിംങ്സ് വിന്റർ!
റൊളാൻഡ്സെക്ക് ഡ്രാക്കൻഫെൽഡ്!
തിളങ്ങുന്ന കണ്ണുകൾക്ക് കണ്ണട നല്കി
തിളങ്ങുന്ന പല്ലും കാട്ടി നില്ക്കാം
സഹവിദ്യാർത്ഥികൾ നല്ല ആതിഥേയരെങ്കിലും
ഞങ്ങളുടെയൊക്കെ മേൽവിലാസം ശേഖരിക്കാൻ
അങ്ങേയറ്റം എട്ടുദിവസമെങ്കിലും
വേണ്ടിവരുമെന്നു ഞാൻ പന്തയം വയ്ക്കാം.
തന്റെ വീട് തെരഞ്ഞെടുത്തതിൽ
സ്റ്റാം ഭൂവുടമ ശരിക്കും നന്ദിയുള്ളവനാണ്
മദ്യപിക്കാൻ, വിദ്യാർത്ഥികൾ പൂന്തോപ്പിലെത്തും
പണം ശരിക്കുമങ്ങനെയൊഴുകുകയാണ്
ഏറ്റവും നല്ല കാര്യമെന്തെന്നോ?
പുറത്തിറങ്ങിയാലെനിക്കും ചുറ്റും ആൺപിള്ളേരെത്തും
പ്രൊഫസറുടെ പെൺമക്കളോ
ശ്രദ്ധിക്കപ്പെടാതെ, അനുഗമിക്കപ്പെടാതെ നടക്കുന്നു.
വെള്ളമടി വീരന്മാർ ഡി ആൽവിയേല്ലാപ്രഭുവും
വോൺഡെസ്പാൻസകിയും ചുറ്റിപ്പറ്റി നടക്കുന്നു
എന്റെ കുഞ്ഞുവിരലിന്റെ ചലനമനുസരിച്ച്
ആ വീരന്മാർ എനിക്കു ചുറ്റും ചുവടുവയ്ക്കുന്നു !
യഥാർത്ഥ കാമുകനായ മിസ്റ്റർ വോൺഡീസ്റ്റ്
എന്റെ സന്ദേശവാഹകനാണെപ്പോഴും
ചാപ്പിയേനൃത്തത്തിനായി പുല്ലാങ്കുഴലൂതുന്നു
എന്നെ ചിരിപ്പിക്കാൻ ബൺസെൻ പാടുന്നു.
എന്നാലെന്നെയെന്തോ വിടാതെ പിടികൂടുന്നു -
ജനക്കൂട്ടത്തിൽ നിന്നൊഴിയുമ്പോൾ
വേദനയോടെ മുടന്തിനടക്കുന്ന
ആ സുന്ദരവിദ്യാർത്ഥിയാണത്'
മറ്റുള്ളവർ തിരക്കിട്ട്,
എനിക്കുവേണ്ടതൊക്കെ ചെയ്യുമ്പോൾ
ഞാനെങ്ങനെ രസികനും സുന്ദരനുമായ
ആ മുടന്തുള്ള ചെക്കനെ സന്ദർശിക്കും?
ഇപ്പോൾ ഞാനെന്റെ ബോൺപട്ടണം വിട്ടിരിക്കുന്നു
വടക്കൻ കപ്പലിന്റെ നിരപ്പായ കടലോരത്തിനുവേണ്ടി
സുന്ദരകളേബരന്മാർ ചുറ്റിലുമില്ല

സമുദ്രത്തിന്റെ ശക്തമായ ഇരമ്പം മാത്രം
ഫ്രഞ്ചുകാർക്കും ബൽജിയംകാർക്കുമൊപ്പം
ഞാൻ കടലിൽ സവാരിക്കുപോകുന്നു
കോൺവെന്റിലെന്നപോലെ
എനിക്കു ഫ്രഞ്ചു സംസാരിക്കാനേ അനുവാദമുള്ളൂ
ഒരിക്കൽക്കൂടി ആരാധകർ
ഇടവഴിയിലൂടെന്റെ പിന്നാലെ വരുന്നു
രാവിലത്തെ സ്നാനത്തിന്
എന്നോടൊപ്പം കടൽവെള്ളത്തിൽ മുങ്ങുന്നു.
ബാക്കിയൊക്കെ ബോണിലെപ്പോലെ തന്നെ
പരാതിപ്പെടാൻ യാതൊന്നുമില്ല
ആഹാരവും പാർപ്പിടവും വളരെ നല്ലത്
വീട്ടുടമസ്ഥൻ സഹനീയനത്രെ
കുളിക്കാർക്കിടയിൽ ഏതോ ഒരാളെകാണാനില്ല
എല്ലാം പറഞ്ഞും ചെയ്തു കഴിയുമ്പോൾ
എനിക്കു ദുഃഖം ബാക്കിയാണ് കാരണം
രസികനായ മുടന്തൻ ചെക്കനെ കാണാനില്ല.

ഇത് നിനക്കുള്ള ശരിയായ വിവരണമായി തോന്നുന്നില്ലേ? നിനക്കുപാടാൻ തരത്തിൽ എനിക്കതിന് ഈണം നല്കണം. എന്നാൽ നിനക്കതിന്റെ താളം എന്റെ അടുത്ത കത്തിൽ മാത്രമേ ലഭിക്കയുള്ളൂ. അതില്ലെങ്കിൽ ഇത്തരം നല്ലൊരു സമ്മാനം തന്ന് ഞാൻ നിന്നെ തൊന്ത രവിലാക്കും. പാട്ടിലൂടെ നിന്നെ പുകഴ്ത്തുന്നതിനേക്കാൾ മറ്റു കാര്യ ങ്ങൾ ചെയ്യാനുണ്ടെനിക്ക്. പതിവിലും ദീർഘമായൊരു കത്തിന് ഒരു സമ്മാനമായി മാത്രമേ അത് അനുവദിക്കാവൂ.

ഒസ്റ്റൻഡേയിൽ താമസിക്കുമ്പോൾ നീ ഫ്ളെമിഷ് അല്ലെങ്കിൽ നെതർലാൻഡിക് ഭാഷ പഠിക്കണം. അതൊരു വിലക്ഷണ ഭാഷയാണ് എങ്കിലും അതിന്റേതായ നേട്ടമുണ്ട്. എന്തായാലും അത് രസകരമാണ്. നിനക്ക് ഗ്രാമീണ ജർമ്മൻ ഭാഷയറിയാമെങ്കിൽ ഫ്ളെമിഷ് പഠിക്കുന്നത് മിക്കവാറും എളുപ്പമായിരിക്കും.

എനിക്ക് ഇപ്പോഴൊരു നായയുണ്ട്. ബാർമെനിലെ ആഗസ്റ്റ് ബ്രത് ഇവിടം വിട്ടപ്പോൾ എനിക്കു നല്കിയതാണ്. സുന്ദരനായ ഒരു സ്പാനി യേൽ നായയാണത്. നമ്മുടെ മിറായേക്കാൾ വലുതാണ്. തികച്ചുമൊരു കുസൃതിക്കാരൻ. മദ്യപിച്ചു കിറുങ്ങാൻ അവന് നല്ല സാമർത്ഥ്യമാണ്. സായാഹ്നങ്ങളിൽ റെസ്റ്റോറന്റിലെന്നോടൊപ്പം വരും. അടുത്തിരുന്ന് അവന്റെ ഓഹരി ശാപ്പിടും, അല്ലെങ്കിൽ എല്ലാവരുടെയും മേശയ്ക്കരി കിലെത്തി എല്ലാവരുമായി ചങ്ങാത്തം കൂടും. പെട്ടെന്ന് തിരിച്ചറിയാത്ത കഴുത്തുപട്ടയുണ്ടവന്. നല്ലൊരു നീന്തൽക്കാരനാണെങ്കിലും ചെപ്പടി വിദ്യകൾ പഠിക്കുന്ന കാര്യത്തിൽ പിറകോട്ടാണ്. ഞാനൊരു കാര്യം അവ നെ പഠിപ്പിച്ചിട്ടുണ്ട്. 'നേമൻലോഡർ' (അതാണവന്റെ പേര്) എന്ന് വിളിച്ച്

ആരെയെങ്കിലും ചൂണ്ടി, അവനൊരു അരിസ്റ്റോക്രാറ്റെന്നു പറഞ്ഞാൽ അവന് കലികയറി, അയാൾക്ക് നേരെ കുരച്ചുചാടും.

റൈനിലെ വീഞ്ഞ് ഇക്കൊല്ലം ഉഗ്രനായിരിക്കുമെന്ന് എല്ലാവരും പ്രതീക്ഷിക്കുമ്പോൾ ഗ്രൂൺബർഗർവീഞ്ഞ് വളരെയധികം മോശമായി. ഗ്രൂൺബർഗർ എന്താണെന്ന് നിനക്കറിയാമോ? ഗ്രൂൺബർഗർ മണലിൽ മാത്രം വളരുന്ന ഒരു ലൗസിറ്റ് മുന്തിരിച്ചെടിയാണ്. വളരെയധികം മഴ പെയ്യുന്ന വർഷത്തിൽ മാത്രമേ അതിൽ നല്ല മുന്തിരി ഉണ്ടാകൂ. മുന്തിരിയുടെ കാഠിന്യം കല്ലിൽനിന്നും തടിയിലേക്കു കുറയുമ്പോൾ അതായത് ഒരു കത്തിക്കൊണ്ട് മുറിക്കാൻ കഴിയുമ്പോൾ അവ പാകമാകും. ആവിയന്ത്രം കൊണ്ടാണ് അത് ചതച്ച് നീരെടുക്കുന്നത്. നൂറ് മുന്തിരിക്കുല പിഴിഞ്ഞെടുക്കാൻ പന്ത്രണ്ട് കുതിരശക്തിയുള്ള യന്ത്രത്തിന് ഒരുമണിക്കൂർ സമയം വേണ്ടിവരുമെന്ന് കണക്കാക്കപ്പെടുന്നു. 1840 ഗ്രൂൺബർഗറിന് നല്ല വർഷമായിരുന്നു. അത് വീഞ്ഞു പാട്ടയിൽ ശേഖരിക്കാൻ കഴിയില്ല. കാരണം അത് തടിയെ പിളർത്തും. നല്ല വീഞ്ഞാണെങ്കിൽ ഒരു ഡസൻ പിന്ന് തിന്ന് ഒരു ഗ്ലാസ് ഗ്രൂൺബർഗർ കുടിച്ചാൽ മതി. അഞ്ച് മിനിട്ടിനകം പിന്നുകൾ നശിച്ചില്ലെങ്കിൽ, അല്ലെങ്കിൽ അലിഞ്ഞില്ലെങ്കിൽ വീഞ്ഞ് മോശം. ദീർഘനേരം ഫലം നല്കുന്ന വീഞ്ഞാണത്. ഒരു കവിൾ കുടിച്ചാൽ നാലാഴ്ച തൊണ്ട വേദനിക്കും. നല്ലൊരു മദ്യവിദഗ്ദ്ധനു മാത്രമേ വിനാഗിരിയും ഈ വീഞ്ഞും തമ്മിൽ വേർതിരിച്ചറിയാനാകൂ. നൈട്രിക് ആസിഡിന്റെയും വീഞ്ഞുവിനാഗിരിയുടെയും മിശ്രിതം ഈ മഹത്തായ വീഞ്ഞിനോടു വളരെയടുത്തുവരും. ഇപ്പോൾ ധാരാളമായി. ഇനി അമ്മയ്ക്കെഴുതണം. വിട

നിന്റെ സഹോദരൻ
ഫ്രെഡറിക്

ബർലിൻ, ആഗസ്ത് 8, 1842

9 789386 637857

Printed by Libri Plureos GmbH in Hamburg,
Germany